संवादिनी

वपु काळे

मेहता पब्लिशिंग हाऊस

SANVADINI by V P KALE

संवादिनी : वपु काळे / कथासंग्रह

© स्वाती चांदोरकर व सुहास काळे

मराठी पुस्तक प्रकाशनाचे हक्क मेहता पब्लिशिंग हाऊस, पुणे

प्रकाशक : सुनील अनिल मेहता, मेहता पब्लिशिंग हाऊस,
१९४१ सदाशिव पेठ, माडीवाले कॉलनी, पुणे - ४११ ०३०

मुखपृष्ठ : चंद्रमोहन कुलकर्णी

प्रकाशनकाल: १७ फेब्रुवारी, १९८३ / १४ डिसेंबर, १९९४ /
२६ जून, २००२ / सप्टेंबर, २००३ / नोव्हेंबर, २००५ /
जून, २००८ / फेब्रुवारी, २०१० / एप्रिल, २०१३ /
सप्टेंबर, २०१४ / जुलै, २०१६ / पुनर्मुद्रण : डिसेंबर, २०१८

P Book ISBN 9788171613045
E Book ISBN 9789386454645
E Books available on : play.google.com/store/books
www.amazon.in/b?node=15513892031

'संवादिनी'
ह्या शब्दाचा अर्थ ज्यांना समजला त्या,
'पंकज' *आणि* **'हेमा'** *ह्या दोघांना*
– वपु

अनुक्रमणिका

एका मिठीची कथा / १

धरलं तर चावतं / १२

आज तरी भांडशील ना? / २५

आत्मनस्तु कामाय / ३८

निरंजन, मला उत्तर हवंय / ५८

उद्याचा दिवस / ७५

All rights reserved along with e-books & layout. No part of this publication may be reproduced, stored in a retrieval system or transmitted, in any form or by any means, without the prior written consent of the Publisher and the licence holder. Please contact us at **Mehta Publishing House,** Pune.

Email : production@mehtapublishinghouse.com

author@mehtapublishinghouse.com

Website : www.mehtapublishinghouse.com

◆ *या पुस्तकातील लेखकाची मते, घटना, वर्णने ही त्या लेखकाची असून त्याच्याशी प्रकाशक सहमत असतीलच असे नाही.*

एका मिठीची कथा

–पंपूनं पाह्यलं का ग?

–नाही–

–नक्की?

–नक्की नाही पाह्यलं–

–कशावरून?

–त्यापूर्वीच आपण दूर झालो होतो–

–नक्की ना? कारण माझी दरवाज्याकडे पाठ होती.

–पण माझं लक्ष होतं ना. त्याची चाहूल लागली, त्याशिवाय सावली पण दिसली आणि लगेच मी दूर झाले.

–तुझा हात माझ्याच हातात होता?

–हॅं, त्यावरून त्याला काय कळतंय?

–असं म्हणून चालणार नाही सुभे, पंपू आता लहान राह्यलेला नाही–

–हे तर मी तुम्हाला नेहमीच सांगते. तुम्हालाच हल्ली वारंवार वेळी अवेळी लहर येते–

–नुसती मिठी मारली तर लगेच कोकलू नकोस–

–काय होतं मिठी नाही मारली तर?

–ते माझ्या हातात नाही. मनसोक्त भेटायला मिळत नाही म्हणून ह्या धावत्या भेटी घेत राह्यचं. तू कसं म्हणतेस पंपूला–

–काय म्हणते?

–दोन वेळेला नीट जेवावं, दिवसभर चरू नये, तसंच माझं. मी सुद्धा असा चरणार नाही, दोन वेळा जर जेवायला...

–दोन वेळा? ते दिवस गेले बरं–

–दिवस गेले? कधी?

–आली का हुक्की? दूर व्हा. पुनः पंपू येईल आणि मग विचारीत बसाल, त्यानं

पाह्यलं का, त्यानं पाह्यलं का–
–अग पण–
–नो, तुम्ही बाहेरच्या खोलीत जा पाहू.
–बरं बाई, जातो. पण चहा–
–मी आणून देते बाहेर–
–ऑलराईट. काय करणार? जेवण पण नाही आणि चरायची पण चोरी–

–हुं, हा चहा–
–ठेव तिथं–
–झोप अपुरी झाली का?
–नाही–
–मग डोळे मिटून का बसला आहात?
–विचार करीत होतो–
–कसला?
–सुभे, मला असं वाटतं, पंपूनं मघाशी आपल्याला ओझरतं पाह्यलं असावं–
–नक्की नाही–
–मी कधी उठतो ह्याची तो एरव्ही वाट पहातो. जवळ येऊन बसतो. आज आला नाही–
–बरं, धरून चालू क्षणभर, त्यानं पाह्यलं म्हणून. पुढे काय?
–पुढे... पुढे काही नाही–
–मग झालं तर. तो चहा घ्या, निवतोय. दाढी, आंघोळ उरका. आज गुरुवार. कामावर लवकर जावं लागेल असं काल म्हणालात. आठवतंय ना? ते, पंपू वगैरे विसरा.
–विसरायचं कसं?
–मग ठेवा लक्षात. वैतागच झाला एक–
–चिडू नकोस ग. जरा शांतपणे विचार कर ना–
–कसला विचार?
–पंपूनं आपल्याला पाह्यलं असलं, तर त्याचा अर्थ तो काय लावत राहील?
–मला नाही असला काही विचार करता येत. एक नक्की सांगते, की त्यानं काहीही पाह्यलं नाही.
–देन इटस् ऑलराइट–

२ । संवादिनी

–तुमचं आज जेवणात मुळीच लक्ष नाही–
–आँ, मला काही म्हणालीस? भात ना, छानच झाला आहे–
–भातात काय चांगलं व्हायचं? जेवणात लक्ष नाही, असं म्हणाले मी.
–येस, यू आर राईट–
–काय चाललंय डोक्यात?
–खरं बोललो तर रागावशील–
–आलं लक्षात, अजून पंपूचा विचार–
–करेक्ट. त्याचाच विचार चाललाय–
–घरात लक्ष नाही असं मी जे म्हणते ते उगीच नाही–
–का?
–पंपू मघाशीच गिरिजाबरोबर बाहेर गेला–
–त्याला तिच्याबरोबर का पाठवलंस तू?
–ती नेते म्हणाली, मी बरं म्हणाले.
–चौकसभवानी आहे ती. आपल्या घरातल्या चौकशा करीत बसते. पंपू सांगतो. त्याला काय कळतंय?
–कशावरून पण?
–परवा आपण जरा चढ्या आवाजात बोलत होतो तर नंतर गिरिजा मला विचारीत होती, 'खडाष्टक' का? मी म्हणालो, कोण म्हणतं? तर लगेच मला सांगते, की पंपूला विचारलं, आई-बाबा काय करताहेत, तर म्हणाला, भांडण! कळलं कशी आहे तुझी शेजारीण ते? आता असंच करील. पंपूला विचारील. पंपूनं जर मघाशी आपल्याला पाह्यलं असेल तर सांगेल–
–हरिदासाची कथा मूळपदावर आली का? नीट शांतपणे जेवा पाहू–

–माझा शर्ट?
–पलंगावर ठेवलाय–
–बटणं?
–त्यालाच आहेत–
–पँट?
–खुर्चीच्या पाठीवर आहे–
–मोजे?
–मघाशीच बुटात खोचले आहेत–
–रुमाल?

–कालचा टाकलात धुवायला? पँटमध्येच बोळा तसाच असेल–
–असू दे. बराय. तोच वापरतो–
–नको, मी तारेवरचा स्पेअर आहे तो आणते–
–तुझं पण आत काय चाललंय्–
–तुमचाच डबा तयार करते आहे–
–ऑलराईट. आय ॲम सॉरी–
–हं, हा डबा. शक्य तेवढा उभाच धरा. वाकडा होऊ देऊ नका–
–इथं धावती गाडी पकडावी लागते–
–शक्यतो–
–ऑलराईट मॅडम–
–हां. तिथंच थांबा, दार उघडं आहे–
–एवढं सगळं करतेस, मग त्याच बाबतीत अंऽऽ–
–आम्ही वेळ काळ सांभाळतो–
–पण–
–निघा पाहू. गाडी चुकेल. आज रात्री मग... कळलं?–
–फुल् जेवण? ऑलराईट. बरं आता एकच काम कर?
–काय?
–सहज पंपूला विचार–
–काय?
–सकाळचं ते–
–तुम्हाला नक्की वेड लागलं. त्याला काय विचारणार, की आम्ही एकमेकांना मिठी मारून उभे होतो ते तू पाह्यलंस का म्हणून? म्हणजे पाह्यलं नसलं तरी–
–चुकलो बाई चुकलो–
–मग पळा आता–

–मग काय पंप्या, आज दिवसभर काय काय केलं?
–काही नाही बाबा–
–शाळेत गेला होतास की नाही?
–वा बाबा, आज तर सुट्टीच.
–अरे वा, मग मजाच आहे. मग दिवसभर काय केलं?
–काही नाही–
–दुपारी झोपलास की नाही?

४ । संवादिनी

–नाही–

–नुसती मस्ती ना?

–अंऽऽ हूं. आज आम्ही मजा मजा पाह्यली.

–हो का, काय पाह्यलं?

–गारुड्याचा खेळ पाह्यला.

–आणखीन.

–बाबा, त्या माणसानं किनई रुमालातून चार पाच कबुतरं काढली. कशी हो?

–ते त्यालाच विचारायला हवं.

–बाबा, त्याला तीन रुपये दिले की तो जादू शिकवतो. देऊ या?

–पगार झाल्यावर पाहू–

–केव्हा आहे पगार?

–आणखीन तीन दिवसांनी–

–नक्की?

–हो. बरं आता आणखीन काय काय पाह्यलंस आज?

–काही नाही.

–आठव–

–हो बाबा, आठवलं. सकाळी स्वयंपाकघरात...

–काय, काय–

–मी एकदम बाहेरून आलो तर एक उंदीर पळाला तिकडून–

–पंप्या, तुला गिरिजामावशी बोलावते, जा–

–तू पुन: त्याला गिरिजाकडे पाठवलंस?

–हो–

–मला आवडत नाही–

–तुम्ही त्या गिरिजासारखंच करायला लागलात, म्हणून त्याला मी बाहेर पिटाळला–

–अग पण–

–त्याला बिचाऱ्याला कळत नाही म्हणून का?

–काय झालं?

–पगार आणखीन तीन दिवसांनी आहे म्हणालात. आजच झाला हे त्याला त्यावरून कळलं नाही–

–वो बात छोड दो–

–ते तर सोडूनच दिलं मी. तुम्हीच मनात धरलेलं सोडत नाही–

–काय?

–पंपूला खोदखोदून विचारताय आणि त्यानं 'मजा पाह्यली' म्हटलं की दचकताय–

एका मिठीची कथा । ५

–कधी?

–माझ्यापासून लपवू नका. तुम्ही तोच तोच विषय का काढताय मला कळत नाही–

–मी फक्त सावधगिरी घेतोय. तूच बघ आता. पंपू शेजारी गेलाय. ते लोक मोठमोठ्यांदा हसताहेत–

–पंपू काहीतरी बोलला असेल–

–हेच संभाळायला हवं–

–माझ्या मनात येणाऱ्या शंका सहसा चुकत नाहीत.

–काय झालं?

–चिरंजीव मध्यभागी उभे होते. बाकीचे सभोवती, वर्तुळ करून. हा बोलतोय, ते हसताहेत–

–हा काय बोलला?

–ते आता कसं कळणार? कोण सांगणार? गिरिजाला विचारलं तर म्हणते, अहो इकडचं तिकडचं काही काही बघतो आणि बसतो सांगत काही काही–

–मग?

–मग काय? तोच प्रॉब्लेम पुन:! काय बोलला हे कसं विचारणार? आमच्या मिठीबद्दल काही बोलला का असं थोडंच विचारता येतं?

–मग काय करणार?

–काही नाही. फक्त दक्षता घ्यायची–

–पंपू कुठाय?

–सिनेमाला गेलाय–

–कुणाबरोबर?

–भावजी आले होते–

–आणि तू पाठवलंस?

–होऽ ऽ ऽ काय बिघडलं?

–ऑफकोर्स–

–आता काय पुन:पुन्हा तेच सांगायचं? हे हिंदी सिनेमे. त्यात तो धांगडधिंगा. त्या मिठ्या. ते झाडाभोवती पळणं, बर्फावरून घसरणं, एकमेकांच्या अंगावरून पडणं... शी शी, होपलेस. गाढवासारखी चूक केलीस–

–भावजी त्याला इंग्लिश सिनेमाला नेणार आहेत–

–मग पुरती वाट लागली. त्यात उघड उघड चुंबनं असतात–

–बरं. तुमचं म्हणणं, मी त्याला पाठवायला नको होतं असंच ना?

६ । संवादिनी

–अर्थात–
–इकडे या–
–काय?
–इथे जरा शांतपणे बसा. दोन दिवस भरकटल्यासारखे वागताय. इथे बसा, माझ्याशी नीट बोला–
–हं, काय?
–तुमचं म्हणणं पंपूपासून ह्या सगळ्या गोष्टी किंवा ह्या सगळ्या गोष्टींपासून पंपूला दूर ठेवायला हवा–
–प्रश्नच नाही. त्यात काय चूक आहे का?
–असं मी म्हणाले का? तुमचं बरोबर आहे. फक्त हे शक्य आहे का एवढंच सांगा–
–का? अशक्य काय आहे?
–तुम्हीच विचार करा. सिनेमाचंच उदाहरण घ्या. सिनेमापासून त्याला तुम्ही दूर ठेवाल, पण सिनेमांच्या त्या घाणेरड्या पोस्टर्सचं काय? बघवत नाहीत अशी हिडीस पोस्टर्स. ती तुम्ही थांबवू शकणार आहात का? घरी येणारी वर्तमानपत्रं. परवा पेपरमध्ये चक्क एकत्र तुषारस्नान करीत असतानाचा फोटो जाहिरातीत आला होता. अलीकडे त्या बॉम्बे डाईंगची टॉवेलची जाहिरात अशीच येते–
–त्यात काय आहे?
–ती पहाच. त्यातली जाड टॉवेल गुंडाळलेली बाई. हे तुम्ही कसं थांबवणार आहात, सांगा, त्याशिवाय त्या ठिकठिकाणी निरोधच्या जाहिराती. कुटुंबनियोजनाचे फलक. मध्यंतरी लूपचा प्रचार झाला. आता तर रेडिओ पण लावायची सोय नाही. फॅमिली प्लॅनिंगची जाहिरात कोणत्या आवडत्या गाण्यानंतर लागेल हे सांगता यायचं नाही. ह्या सगळ्या बकाल, बेगडी, असंस्कृत प्रचाराला कसं थोपवणार आहात? फूटपाथवर ब्रेसियर्स विकतात. बायका अर्धनग्न फिरतात. ते कॅबेरा का काय म्हणतात, ते बंद करायचे म्हणतात, त्याच्याही बातम्या छापतात. काय करायचं ते करा की गुपचूप–
–अग ती कॅबेरेची बातमी पंपू कशाला वाचायला जाईल?
–एकट्या पंपूचा प्रश्न नाही आज. पंपूपेक्षा वयानं वाढलेली मुलं घरोघरी आहेत. त्यांना हे वाचायला मिळतं, फार तर त्याचा नक्की अर्थ कळत नसेल. पण बंदी करावी असं काहीतरी ते आहे हे नक्की कळतं. आईवडिलांना एकमेकांच्या मिठीत असताना मुलानं पाह्यलं की काय हा प्रॉब्लेम तुमचा आणि माझा नाही, सगळ्या समाजाचा आहे. अर्थात ज्यांना जाणीव आहे अशा समाजाचा. तुमची आणि माझी ताकद इथं कमीच पडणार आहे.
–सगळं मान्य आहे. तरीसुद्धा तू पंपूला हेमंतबरोबर पाठवायला नको होतंस. कमीत कमी त्याला पिक्चर कोणतं हे विचारायचं–

एका मिठीची कथा । ७

–तुम्ही विचारा पंपू आला की–

– आला का तू सिनेमाहून?
–बाबा, काय मजा मजा होती सिनेमात–
–पंपू, हेमंतकाका कुठे आहेत?
–आई, काका वरपर्यंत नाही आले. त्यांनी मला जिन्यात सोडलं–
–पंपू–
–काय बाबा–
–इकडे ये. मला जरा सिनेमातल्या गमती सांगशील की नाही?
–अहो, त्याला अगोदर कपडे बदलू द्याल की नाही?
–पंपू, मला सिनेमाचं नाव सांग–
–बाबा, सिनेमा इंग्लिश होता. नाव नाही येत–
–जाड्या-रड्याचा होता का?– त्यात बघ एक जाडजूड माणूस असतो. दुसरा काटकुळा. ते रंगाच्या बादलीत पडतात, अंडी फोडतात डोक्यावर–
–नाही बाबा–
–मग हांऽऽऽ, टारझन असेल, टारझन–
–म्हणजे कोणता?
–त्यात तो टारझन वाघाशी कुस्ती खेळतो, त्याचं माकड असतं–
–नाही बाबा–
–अहो, आधी त्याला कपडे बदलू दे–
–जा बाबा–

–बघ, पुनः माझंच खरं ठरलं–
–काय, काय झालं?
–हेमंतनं नक्की पंपूला दाखवायला नको तसला सिनेमा दाखवला–
–कशावरून?–
–त्या गिरिजाकडे पुनः अड्डा जमलाय–
–जमेना–
–चिरंजीव काहीतरी सिनेमातलं सांगताहेत–
–कशावरून?
–मी मधेच गेलो तिथे, कानावर पंपूचं ओझरतं वाक्य आलं–

–काय पण–
–तिनं मग कडकडून मिठी मारली आणि पापे घेतले.
–असं सांगतोय पंपू?
–होय–
–उद्या भावजी भेटले तर त्यांना पिक्चरचं नाव विचारा–
–भेटला नाही, तर फोन करून विचारीन; नाहीतर ऑफिस सुटल्यावर सरळ जाईन घाटकोपरला–
–एवढं लगेच करायला नको–
–ते तुला नाही कळायचं–

–भावजी तुम्ही? नवल आहे–
–हेमंत आहे का?
–आहेत ना, अहो, लवकर बाहेर या. भावजी आले आहेत–
–काय सांगतेस काय... अरे खरंच की! काय रे बाबा, तू आलास, नवल आहे. वहिनी, पंपू वगैरे ठीक आहेत ना?
–एकदम ओ. के. मी तुलाच पाह्यला आलो. तुझ्या ऑफिसात फोन केला तर तू रजेवर आहेस म्हणून समजलं. काल पंपूला खालच्या खाली सोडून गेलास–
–अरे, मला लगेच ठाणा लोकल मिळणार होती.
–पंपू आला ना नीट?–
–आला की, आता काही तसा लहान नाही तो–
–नाही, तो प्रश्न नाही. तरीही काळजी घ्यावीच लागते. जी मुलं जात्याच शार्प असतात त्यांच्या डोक्यात कसली सणक केव्हा येईल...
–काकाच्या वळणावर गेलाय पंपू–
–मी आता काय केलं?
–तुलाही काल मधेच सिनेमाची सणक कशी काय आली?
–अरे लॉरेल हार्डीची जाहिरात पाह्यल्यापासून, पंपूला न्यायचं ठरवलं होतं मी–
–आता हेच बघं, पंपूला विचारलं मी की जाड्यारड्याचा सिनेमा होता का? तर नाही म्हणाला.
–बरोबर आहे. आदल्याच दिवशी पिक्चर तिथून गेलं होतं. मग तसाच पुढे एक्सेलसियरला गेलो. म्हटलं टारझन पहावा–
–तेही त्याला विचारलं–
–टारझन हाऊसफुल–

एका मिठीची कथा । ९

–मग–

–अरे पण हो, सांगतो ना. पंपूचा बाप शोभतोस बाबा किती घाई तुला–

–ते तुला नाही कळणार–

–म्हणजे मी पंपूला सिनेमाला नेलं होतं, ते तुला आवडलं नाही काय?

–खरं म्हणजे नाही–

–ऑलराईट. पुन्हा नेणार नाही–

–अरे बाबा, रागावू नकोस. मला कारण विचार–

–सांग–

–हिंदी सिनेमातले ते आचरट प्रकार पंपूनं पाहू नयेत असं वाटतं मला. तो आता मोठा झालाय. खुद्द मलाही आता घरात स्वातंत्र्य राहिलेलं नाही. त्याला मी त्यासाठीच सिनेमे दाखवीत नाही. मला कळेना तू त्याला कुठल्या सिनेमाला नेलंस ते–

–आणि केवळ तेवढं विचारण्यासाठी तू आत्ता घाटकोपरला आलास?

–होय–

–अजब आहेस–

–काहीही म्हण. तुला मुलगा झाला की कळेल. पाळणा हलला घरात की आपलं नवराबायकोचं जे काही लाईफ असतं ते संपतं. मग मुलाला सारखं जपत राह्यचं. तो काही वाईट पहाणार नाही ना, ऐकणार नाही ना– जपत राह्यचं आपल्याकडून, तेल घालून डोळ्यात–

–यू आर राईट–

–भावजी, कॉफी आणली आहे–

–अरे, आता घरी जाऊन जेवायचं–

–तू फार मोठा हेलपाटा घातलास. त्याचं पिक्चर तर पाहून झालं होतंच, मग एक दिवस उशिरा नाव समजलं असतं तर...

–हेमंत, तुला कल्पना नाही. सिनेमाला गेलेलं मला आवडत नाही हे पंपूला माहीत आहे. तो माझ्याशी सिनेमाबद्दल बोलत नाही. शेजारी काहीतरी सांगत होता त्यातलं फक्त मिठी, पापे एवढेच शब्द मी ऐकले. मी तेव्हापासून रेस्टलेस झालोय. कुठला सिनेमा होता?

–वा, अप्रतिम पिक्चर... दोन ठिकाणी निराशा झाली. पंपूचा चेहरा उतरला. मग काय करणार? तेवढ्यात आठवलं. भुलाभाई हॉलमध्ये चिल्ड्रन शो होता. तिथं गेलो. काय साली टाळकी ह्या इंग्लिश लोकांची. एवढास्सा सब्जेक्ट. तासाचा सिनेमा. पण कुठच्या कुठं नेतात आपल्याला–

–प्लॉट सांग अगोदर. लहान मुलांच्या सिनेमात मिठ्या– मुके–

–अगदी साधी स्टोरी. नऊ वर्षांच्या मुलीची एक बाहुली हरवते. आणि तासभर ती

१० । संवादिनी

मुलगी बाहुली सापडावी म्हणून काय काय करते, कुठे कुठे शोधते त्याचं पिक्चर.
शेवटी ती बाहुली सापडते. ती मुलगी बाहुलीला मिठी मारते– भराभरा मुके घेत राहते,
इथं पिक्चर संपतं–

धरलं तर चावतं

–तुम्ही आता पाच मिनिटं स्वस्थ बसा.
–अशक्य आहे.
–का?
–अजून होल्डॉल बांधायचा आहे.
–तो सकाळी बांधता येईल.
–त्याशिवाय माळ्यावरचा टिफीन काढायचाय.
–तोही सकाळी काढता येईल. बाकी सगळं आटोपलं ना?
–ते तुला माहीत आहे की.
–मला बाकीचं माहीत नाही. मी ऑफिसातून आल्यापासून सासूबाईंनी जेवढं सांगितलं तेवढं केलं. तुम्ही पाहताच आहात. उभी आहे घरात पाऊल पडल्यापासून. क्षणभर टेकले नाही.
–आणि मी?– माझ्या सात खेपा झाल्या संध्याकाळपासून. सात गुणिले ब्याण्णव पायऱ्या. कर हिशोब.
–का?– हिशोब का?– लिफ्ट नव्हती?
–बंद पडली होती.
–मग मी लकीच म्हणायची. मी ऑफिसातून आले तेव्हा चालू झाली होती.
–तेवढी एकच ट्रीप केली त्या लिफ्टनं. नंतर लगेच बंद पडली ती.
–मग हे मघाशीच सांगायचं नाही का?
–म्हणजे काय झालं असतं?
–एकदोन खेपा मी केल्या असत्या.
–वाटलं सांगावसं, पण तुमचा तेव्हा लाडवाचा घाणा जोरात चालला होता.
–त्याला तुम्हीच रिस्पॉन्सिबल आहात.
–वा, वा. मी कसा?
–तुम्ही सासुबाईंना स्वच्छ सांगायला हवं होतंत.

१२ । संवादिनी

–काय पण?
–सांगायचं, की इंद्रायणी कामावरून आल्यावर तिला लाडू करण्याची एनर्जी राहणार नाही म्हणून.
–बरोबर. बरोबर आहे तुझं. माझंच चुकलं.
–असा त्रागा करू नका.
–विचार करूनच बोलतोय. वाईटपणा नेहमी मीच घ्यायचा.
–कधी हो? वाईटपणा घेण्याची पाळी कधी आली तुमच्यावर? तुम्ही नेहमीच सालस, भोळे, अगदी शंकराचा अवतार ठरलात. शंख चालतो तो माझ्या नावानं. तरी बरं, नोकरीपायी दहा तास घराबाहेरच असते मी.
–बरं, बरं. राहू दे ती नेहमीची रेकॉर्ड. उद्यापासून रजा सांग मिळाली की नाही मिळाली ते.
–...
–रजा मिळाली की नाही?
–मिळाली.
–मग एवढं चिडून बोलायला काय झालं?
–मला काही विचारू नका. मी दमलेय कामानं.
–सॉरी. जातो मी. तुझ्या खोलीत दोन मिनिटं आलो तेच चुकलं. एव्हाना माळ्यावरचा टिफिन काढून झाला असता.

–गाडीला गर्दी होती का हो?
–नो.
–गाडी लेट होती का?
–नाही.
–मग वेळ का लागला?
–खाली हॉटेलात चहा घेतला.
–हॉटेलात? मी घरात असताना?
–त्याचं काय झालं, की तू आजपासून रजा घेतली आहेस ह्याचाच विसर पडला बघ. नेहमी जसा एक चहा बाहेर घेतो, तसा आज घेतला.
–बरं केलंत...
–सासूबाई जाताना काही म्हणाल्या का?
–काय म्हणणार?
–कमीतकमी चेहरा तरी प्रसन्न होता का?

धरलं तर चावतं । १३

–तू स्टेशनवर यायला हवं होतंस.

–वाटलंच. तुम्ही असं म्हणणार हे मी ओळखलं होतं.

–काय चुकलं त्यात?

–अर्थात, आज दहाच्या आत स्वयंपाक मला करायचा आहे. स्टेशनवर मी आल्यानं काय फरक होणार होता! तेच तेच बोलत रहायचं गाडी सुटेपर्यंत. सासूबाईंनी सांगायचं, घर सांभाळ. मी 'हो' म्हणायचं.

–ही माया बोलते; तुला कळायचं नाही.

–माया-बिया सगळं कळतं. पण मी काही आता लहान नाही. दोन मुलांची आई आहे. अकरा वर्ष नोकरी करते आहे.

–हे कुणी नाकारलंय का; 'घर सांभाळ' असं सांगितलं की तो लगेच पाणउतारा होतो का?

–ते तुम्हाला कळायचं नाही. त्यांची ती नजर, लकब, स्वर मीच बरोबर ओळखते.

–हा विपर्यास आहे.

–मुळीच नाही. मी नोकरीपायी बाहेर असते, तेव्हा नोकरी कशी सांभाळायची हे मला एक वेळ कळेल, घर कसं सांभाळायचं हे कळणार नाही, एवढा अर्थ त्या एका सूचनेत असतो.

–असेल.

–तुम्ही लाईटली घेणारच. मान फिरवणारच. तुम्हाला ते नाहीच कळणार. ज्याचा तोच ओळखून असतो. जाऊ दे मुलं कुठं आहेत?

–चिरंजीव गेले आहेत कटिंगला.

–आणि रंजना?

–वाटेत मैत्रिणीकडे थांबली आहे.

–दार लावू नका.

–त्या दोघांना यायला वेळ आहे अजून.

–असू दे. मुलं आल्यावर त्यांना दार बंद दिसणं योग्य नाही.

–त्यांना काय कळतंय?

–वृंदावनचा प्रश्न आहे. रंजना लहान आहे. तिला नाही काही वाटणार. वृंदावनला सगळं कळतं आता.

–बरं बाई, नको बसू इथं. जा आत. झालं आता?

–रंजना, आजोबा-आजीची गाडी सुटून किती वेळ झाला?

–पुष्कळ.

–आणि तू घरात किती वाजता आलीस?
–मी वेणी घालायला गेले होते शेजारी, दुर्वेकाकींकडे.
–नंतर जायचं.
–काकी म्हणाल्या, की नंतर त्यांना वेळच नाही. आता ये. मग गेले मी.
–अग, आज वेण्या मी नसत्या का घातल्या? मी रजा घेतलीय आजपासून.
–मी सांगितलं काकींना तसं; तर काकी म्हणाल्या, की तुझ्या आईला जमणार नाही. तिला जास्त वेळ लागेल. आणि आई, काकी खरंच पटकन वेणी घालतात. शाळेत जशी लागते तशीच घालतात.

–आई, पाऽऽन.
–हो रे बाबा, दोन मिनिटं थांब. वाढते.
–लवकर वाढ.
–तू इकडे ये पाहू. ताट घे. तोपर्यंत वाढतेच मी.
–हे काय आई? म्हणजे तू भात निवत नाही टाकलास?
–निवेल रे आत्ता. तुला आरडाओरडा करायची सवय व्हायला लागली आहे.
–आई, मी तुला सांगते, आजी रोज काय करते ते. वृंदावनदादाचे कपडे झाले की तो दप्तर लावतो, तोपर्यंत आजी भात निवत टाकते. मग...
–रंजना, मला ते काही सांगू नकोस. आजीची गोष्ट निराळी आहे. आज जरा झाला उशीर. वृंदावन, चल, पानावर बस. भात तेवढा गरम नाही.
–उद्या मी गरम भात खाणार नाही हं.
–जास्तीचं बोलायचं नाही; मार खाशील माझ्या हातचा.

–सखाराम, कपडे सकाळी आठ वाजता भिजवले आता वाजला एक. पाच तास कपडे नुसते कुजत पडले.
–कुजल कसा?
–कुजल कसा? ते आता मलाच विचार.
–रोज एवांच येतो. कपडं-बासनं संगतीच करतो.
–अरे पण...
–वहिनीसाब, तुमाला नाय कलणार? तुमी घरामधी असता कुठं? आजीबायचं न् आमचं बराबर ठरलाय. तुमी आता रजा घेतला तवा झोप काडा–

–रंजना, मी जरा पडणार आहे. कधी दुपारचं आडवं व्हायला मिळत नाही. दार उघडू नकोस तासभर कुणालाही.
–आई, किती वाजले?
–अडीच वाजले.
–मग कसली पडतेस तू आई?
–का?
–दुर्वेकाकी चाळीतल्या बायकांना घेऊन येतील.
–कशाला?
–इथं त्या दासबोध का कायसंसं वाचतात.
–हे केव्हापासून सुरू झालं?
–अग, परवा किनई त्या माईंचं आणि सुधाताईंचं घरात भांडण झालं. माईंनी सांगितलं काकींना. काकींनी सांगितलं आजीला. मग आजी म्हणाली की माईंच्या सुनेची एवढी ऐट नको. आमच्या घरात वाचन करा. मलाही ऐकायला मिळतील चार शब्द.
–ह्यांना जर गावाला जायचं होतं तर कशाला दिली परवानगी?
–आई, हे तू, गावाहून आजी आली की तिलाच विचार.
–शहाणी आहेस फार.
–आई, काय झालं ग आता?
–रंजू, तुझ्या आजीला असं विचारू शकेन का मी? काही तरी काय बोलतेस? मी घरात नसते ना दिवसभर– असंच चालणार. इथं कुणीही यावं, कुणीही जावं...
–आई, तू काही म्हणालीस का?
–काही नाही.
–मला ऐकायला नाही आलं.
–तेच बरं झालं. मी माझ्याशीच बोलले. कळलं?

–पड, पड, मी कामावरून आलो म्हणून लगेच उठायचं कारण नाही.
–असू दे.
–पड म्हणतो ना?– जे तुला एरव्ही कधीच करता येत नाही ते आज करायला मिळतंय. जस्ट एन्जॉय नाऊ.
–इश्य, म्हणजे काय?
–हा पलंग. इथं नेहमी दादा बसलेले असतात. कामावरून आलं की जरा वेळ पडावं असं कधी वाटलं नाही?
–प्रॅक्टिकली एव्हरी डे.

१६ । संवादिनी

–म्हणूनच उठू नकोस. पडून राहा.
–चहा टाकते ना.
–मी करतो दोघांसाठी.
–मी एवढ्यातच घेतला. तुमच्यासाठी थांबावं असं आलं होतं एकदा मनात. पण नाही राहावलं. गोळी घ्यायची होती, त्याबरोबर...
–गोळी? आज आता कसली गोळी?
–जी गोळी घेतली की माझं डोकं तात्पुरतं उतरतं आणि तुमचं कायम चढतं.
–आजही ॲस्प्रो-ॲनासिन आहेच का? आज काय झालं? दिवसभर घरीच तर होतीस.
–घडतं काही काही.
–आज काय घडलं?
–काऽऽही नाही.
–आता विचारतोय तर नीट सांग की.
–व्हायचंय काय? एक मिनिट विश्रांती मिळाली नाही.
–का?
–तुमच्या मातोश्रींची एकेक फॅड्स् आहेत ना?
–माझ्या आईची फॅड्स्? मी नाही समजलो.
–इथं दुपारभर कीर्तनाची, प्रवचनाची बैठक असते.
–हां हां, आलं लक्षात. म्हणून तू भडकलीस तर.
–मग काय करू? स्वत:च्या घरात स्वत:ची...
–हे पाहा इंद्रायणी, आईसुद्धा सगळ्या गोष्टी मनापासून करते, असं समजू नकोस. निव्वळ गरजेपोटी...
–कसली गरज?
–आता ते एक्झॅक्टली मी कसं सांगू? मी कामावर जातो, तू जातेस. तिलाही त्यापायी पुष्कळ बाबतीत शेजाऱ्यांवर अवलंबून राहावं लागतं. त्या उपकारांची फेड, आईला ज्या मार्गानं करता येण्यासारखी आहे त्या मार्गानं ती करत राहते.
–त्यात आमची सोय, गैरसोय पाहायची की नाही?
–इच्छा असते ग, पण इलाज नसतो.
–तुम्ही त्यांचीच बाजू घेणार.
–असं वाटत असलं तर...
–तर काय
–लेट अस स्टॉप द सब्जेक्ट हिअरी ओन्ली. लेट मी रिलॅक्स–

–किती वर्षांनी भेटलास, काही कल्पना आहे का?
–यस, आय कॅन इमॅजिन–
–आणि एकूण रुबाबदेखील बराच वाढलाय.
–रुबाबाचं काय घेऊन बसलाय? कपड्यांवर जाऊ नकोस. सूटबूट टाय, हे एवढं प्रोफेशनसाठी घालावंच लागतं.
–चष्म्याची फॅशनसुद्धा बदललीस.
–ती मात्र सहजच. त्याचा प्रोफेशनशी संबंध नाही. परवा क्लासला निघालो होतो. तर गाडी पकडताना चष्मा पडला. काचा बचावल्या. पण फ्रेम तुटली. बायकोनं पसंत केलेली फ्रेम घ्यावी लागली. फ्रेम घेताना म्हणाली, जरा मॉडर्न व्हायला शिका. म्हटलं बरं बाई, होतो मॉडर्न. बदलून बदलून काय बदलशील तर फ्रेम, दृष्टिकोन तर नाही बदलू शकणार?
–करेक्ट, करेक्ट–
–साब क्या लावू?
–बोल रे बोल, काय घेणार?
–ते मी तुला विचारणार. आय ॲम होस्ट, यू आर माय गेस्ट!
–नो-नो.
–नो नो, काय? माझ्याच बिल्डिंगमधल्या हॉटेलात येतोस आणि मला गेस्ट बनवतोस?
–तो वेटर खोळंबलाय. ऑर्डर देतो. मग भांडू या. टोस्ट-सँडविच और दो स्पेशल चाय.
–ए बाबा, रामपाऱ्यात खायला वगैरे नको.
–असू दे रे.
–अरे मला सवय नाही काही खायची. फक्त चहा.
–ते जाऊ दे. मला एक सांग, वरच्याच मजल्यावर तू राहतोस, मग चहा प्यायला एवढ्या सकाळचा हॉटेलात का येतोस?
–सांगतो. दत्तू बांदेकर ह्या विनोदी लेखकाचं नाव ऐकलं होतंस!
–ऑफकोर्स.
–त्यांनी एके ठिकाणी लिहिलं होतं, मदिरालयात पुरुष दोनदा जातो. एकदा बायको घरी नसते म्हणून आणि एकदा ती घरी असते म्हणून.
–अच्छा. वहिनी माहेरी गेल्या.
–नो, ती घरीच आहे, चांगली पंधरा दिवसाच्या रजेवर.
–आणि आईवडील...
–ते गावाला गेले आहेत.

–एव्हरीथिंग प्लॅन्ड?
–जवळजवळ तसंच. प्रायव्हसी मिळवण्याचा एक प्रयत्न.
–सो धिज इज युवर सेकंड हनीमून. गुड. का रे, चेहरा का उतरला?
–जाऊ दे. आपल्याला तो विषय नको. तुझं कसं काय चाललंय?
–बेस्ट. सकाळी सात ते साडेनऊ क्लास. साडेदहा ते सहा ऑफिस. पुन्हा संध्याकाळी सात ते रात्री साडेदहा क्लास.
–कमव, कमव लेका.
–कमवतो नक्कीच. पण एवढे करतो तेव्हा आठ माणसांना जेवढे लागतात तेवढेच मिळतात.
–आणि वहिनींचा पगार सरळ बँकेत ना?
–उर्मिलानं नोकरी सोडली.
–आँ, कधी?
–ह्याचा अर्थ आज आपण पाच वर्षांनी भेटतो आहोत.
–वहिनींना नोकरी सोडून पाच वर्ष झाली?
–येस. तिनं नोकरी फक्त चौदा महिने केली. नंतर...
–तू गडबड केली असशील.
–गडबड जरूर केली, पण तू समजतोस त्या अर्थाची नाही.
–मग?
–उर्मिलेला नोकरी मीच सोडायला लावली.
–का?
–तिच्या नोकरीमुळे घरात काही प्रॉब्लेम्स निर्माण व्हायला लागले.
–प्रॉब्लेम्स कसले?
–निराळे काय असणार? इंद्रायणी नोकरी करते ना?
–गेली अकरा वर्षं.
–म्हणजे तुला अनुभव आहेच. तुझे-माझे प्रॉब्लेम्स फार वेगळे असतील असं वाटत नाही.
–नसावेत. म्हणजे त्यातला एक तरी कॉमन नक्कीच असणार.
–कोणता?
–बायको आपल्यापासून दुरावते.
–कोणत्या अर्थाने?
–सगळ्याच. आपल्या उत्कटतेत तेवढी प्रखर साथ मिळत नाही.
–दिवसभर नोकरी करून त्या दमतात.
–आपण नाही दमत?

धरलं तर चावतं । १९

–आणखीन एक कारण आहे पद्माकर.
–ते पाहूच या. पण मला हे नाही कळत की असं का? नोकरी करून दमतात तर ठीक आहे. पण बाब्या, अरे इंद्रायणी सध्या रजेवर आहे. मी पण रजा घेतली मुद्दाम. तरी ती सेक्सच्या बाबतीत उदास, थंडच आहे.
–तेच सांगणार आहे. अर्थात तो माझा विचार आहे. व्यक्तिगत. कदाचित चुकीचा असेल.
–सांग, सांग...
–साब, और क्या लाऊ?
–बिल लाव. सालं एवढं महत्त्वाचं बोलत आहोत तर मधेच, साब क्या लावू?
–डोंट गेट एक्साइटेड. ही इज डुइंग हिज ड्यूटी.
–हां, बोल.
–एक मूल झालं की मुळातच बायकांचं सेक्स– लाइफबद्दलचं आकर्षण कमी होतं. आणि नो वन कॅन ब्लेम देम फॉर धिस. कारण, दे आर डिझाइंड लाइक दॅट–
–ॲब्सोल्युटली–
–ह्यात, त्या नोकरी करायला लागल्या की अपरिहार्यपणे निरनिराळ्या पुरुषांचा सहवास, सहेतुक, निर्हेतुक स्पर्श, पुरुषांच्या अर्थपूर्ण नजरा, स्त्री-सहवास मिळवण्याची पुरुषांची धडपड– हे सगळं अनुभवल्यामुळे त्यांचा एकूण उबग वाढत असावा.
–आणि आमचं एक्झॅक्टली ह्याच्या उलट.
–कारण पुरुष हा...
–बोल, बोल, स्पष्ट बोल.
–बाय नेचर ही इज पॉलिगमिस्ट. तो जेवढा हिंडतो, फिरतो, निरनिराळ्या गोष्टी पाहतो, तेवढा तो एक्साइट होतो. प्रव्होक होतो. आणि बायका आणखीन थंड थंड होत जातात.
–असेल, तसं असेल. पण ते झालं एरव्हीचं. नोकरीवर जात असतानाचं. सध्या तर इंद्रायणी रजेवर आहे. तिनं आता फुलायला हवं. पण नाहीच रे. आमचे एवढ्यातेवढ्यावरून क्लॅशेस उडत आहेत. वृंदावनशी क्लॅश, रंजनाशी तेच. घरगड्याशी पण तेच.
–बायकोला निश्चित काय हवंय!
–तेच कळत नाही. मुलांना माझी किंमत राह्यलेली नाही असं मला जाता-येता सांगत राहते.
–म्हणजे वहिनींना काय हवंय ते त्यांनी करेक्टली सांगितलं आहे.
–आय हॅव नॉट फॉलोड इट.
–दॅट इज द ट्रॅजेडी–
–हो–

२० । संवादिनी

–अरे एक्झॅक्टली हेच टाळायचं म्हणून मी चौदा महिन्यांतच बायकोला नोकरी सोडायला लावली. तुला जो अनुभव आज येतोय तो मला पाच वर्षापूर्वी आला. आम्ही दोघांनी अशीच एन्जॉय करण्यासाठी रजा घेतली. पण तसाच अनुभव आला. बाईसाहेब आपल्या उदास. स्पर्श करून द्यायची नाही. रुसणं, रागावणं, अबोला. खूप विचार केला. मग अचानक कारण सापडलं. ते पडताळून पाह्यलं. प्रत्यय आला. लगेच ठरवलं आणि तिची नोकरी थांबवली.

–कारण सांग ना?

–मनुष्यस्वभाव, मानसशास्त्र वगैरे दृष्टिकोनातून अत्यंत साधं कारण होतं. उर्मिला घरी राहिली. तिनं चार दिवस घरातलं वातावरण पाह्यलं. आणि तिला कळलं की घरातल्या सगळ्यांनी त्यांचं आयुष्य छान आखलं होतं. आपण घरात नसलो तर कुणाचंही काहीही अडत नाही, हे उर्मिलेनं पाह्यलं. आणि नेमकं तेच तिला फार लागून राह्यलं. रिटायर्ड होणाऱ्या म्हाताऱ्याला नेमकं जे लागून राहतं तेच दु:ख. रिटायर्ड झालो की पगार नाही, उद्योग नाही, ह्या विचारापेक्षाही आपल्या गैरहजेरीनं ऑफिस बंद पडणार नाही हे दु:ख फार मोठं असतं. तसंच उर्मिलेचं झालं. चिडचिडी, राग– त्याचा होता. आपल्यावाचून कुणाचं तरी अडतं ही भावना फार सौख्यदायक असते. नोकरी करणाऱ्या बायका मग घरापेक्षा ऑफिसात जास्त प्रसन्न असतात. ऑफिसचं काम अंशमात्र त्यांच्यावाचून खोळंबून राहतं. चार आजूबाजूची माणसं दहा वेळा चौकशी करतात. पुष्कळ स्त्रियांच्या बाबतीत केव्हा केव्हा असं घडतं की त्यांना नवऱ्यापेक्षा ऑफिसातला सहकारी जवळचा वाटतो.

–नॅचरली. ऑपोझिट सेक्स.

–यू आर मिस्टेकन. इथं सेक्सचा प्रश्न अजिबात संभवत नाही. ऑफिसातला सहकारी शांतपणे सगळं ऐकून घेतो.

–आपणही ऐकतो.

–बिलकूल नाही. लेट अस बी फ्रँक, ऑनेस्ट. आपण आपल्या बायकोचं कधीच ऐकू शकणार नाही. ऑफिसातला त्यांचा मित्र मात्र सगळं ऐकतो; कारण आपल्या बायकोला– उर्मिला म्हण किंवा इंद्रायणी म्हण– त्यांच्या संसारातल्या दु:खाला त्यांचा मित्र मुळीच जबाबदार नसतो. कोणताही स्वार्थ नसतो, तेव्हाच माणूस शांतपणे इतरांच्या समस्या ऐकतो. इतक्या कळत नकळतपणे बायको दुरावते. इट इज सॉर्ट ऑफ स्लो पॉयझनिंग. हे सगळं पाह्यलं आणि मग ठरवलं की आवश्यक तेवढे पैसे मिळविण्यासाठी स्वत: आपणच धडपड करायची. उर्मिलेला नोकरी करून द्यायची नाही.

–बाब्या, बाब्या तू बोलत राहा. छान बोलतोस आणि नेमकं बोलतोस.

–चलता है रे. ह्या बाब्याजवळ आणखी खूप आहे बोलण्यासारखं. पण वेळ संपत

धरलं तर चावतं । २१

आली. पोरं वाट पाहात असतील.
–बाब्या, दमत नाहीस कारे?
–असं कसं होईल? माणूसच आहे की मी. पण तरी सुद्धा एक सांगतो! रात्री अकरा वाजता घरी जातो. उर्मिला जागी असली तर म्हणते, 'किती दमता तुम्ही!'– बस. सगळा दिवस सार्थकी लागतो. ह्या एका वाक्याची माणसाला केवढी भूक असते हे सांगता येणार नाही. दहा माणसांचा स्वयंपाक करून दमलेल्या बायकोला पण एवढं एकच वाक्य हवं असतं आणि कामावरून परतलेल्या नवऱ्याला पण! इतर गरजा कितीही असोत पद्माकर, पण हे एवढं एकच ऐकायची ज्याला भूक आहे, त्यानं आपल्या बायकोला कधीही नोकरीला लावू नये. पुरुषांना स्वयंपाक येऊ नये आणि बाईला नोकरी करता येऊ नये. एकमेकांच्या कर्तृत्वाचे प्रांत अनभिज्ञच हवेत. तरच एकमेकांच्या कर्तबगारीचं कौतुक टिकतं. 'त्यात काय आहे, मी पण करीन'– इथं अर्पणभाव संपला. स्पर्धा आली. कौतुक संपलं, तुलना आली. साथ संपली, स्वत्वाची जाणीव आली.
–बाब्या, अरे अगदी, म्हणजे सेंट परसेंट करेक्ट डायग्नोसिस. आता फक्त उपाय सांग ह्याच्यावर.
–मी काय सांगणार?
–तूच सांगायला हवंस. तू जग पाह्यलंस, सायकॉलॉजीचे क्लासेस चालवतोस. नित्य नवी माणसं पाहतोस.
–कोण म्हणतं?
–त्याशिवाय एवढं बोलतोस का?
–आगेन यू आर सॅडली मिस्टेकन.
–कसा काय?
–हे असं काही बोलण्यासाठी फार विद्वत्ता लागत नाही, की जग पाहावं लागत नाही. सगळी उत्तर आपल्याजवळच आहेत, असतात. समस्या आपली आणि त्याचं उत्तर मात्र इतरत्र असं घडत नाही. उत्तराची मागची बाजू म्हणजेच समस्या. आपण फक्त बघण्याची दिशा बदलायची. स्वत:कडेच नीट पाहायचं. मानसशास्त्रातून अध्यात्मात जातो असं समजू नकोस. 'पिंडी ते ब्रह्मांडी' म्हणतात ते साक्षात सत्य आहे. मानसिक विश्वातून भौतिक भव्य विश्व निर्माण होतं, ते खरं आहे.
–डोन्ट कन्फ्यूज मी. नीट सांग.
–सम अदर टाइम.
–थोडक्यात सांग. वाक्य आवडलं.
–थोडक्यात असं, की तू समज, इंद्रायणी आपल्याला दुरावली असं समजलास, की मधलं नसलेलं अंतर तोडण्याचा तुझा प्रयत्न सुरू होतो. नसलेलं अंतर तुला कधीच

कापता येत नाही. मग तुझ्या मन:शांतीला तडा जातो. तू कातावतोस. मग अकारण संघर्ष. संघर्षातूनच इंद्रायणी खरोखरच दूर दूर जाऊ लागते. म्हणजेच मानसिक विश्वातून भौतिक विश्वाचा जन्म.

–बाब्या, एक्झॅक्टली तसं घडलंय. पुन्हा करेक्ट निदान. मला आता ह्यावर उपाय सांग.

–सॉरी, पद्माकर; ह्यावर उपाय नाही. उपाय प्राथमिक अवस्थेत होऊ शकतो. दुखणं विकोपाला गेल्यावर नाही. इंद्रायणी अकरा वर्ष नोकरी करीत आहे. आता उत्तर नाही. इंद्रायणीच्याच बाबतीत नव्हे, तर एकूण परिस्थितीवरच! वुई आर द व्हिक्टिम्स ऑफ मॉडर्न सिव्हिलायझेशन. आगरकरांच्या काळात स्त्रियांना शिक्षण कसं देता येईल, हा प्रश्न आगरकर सोडवू शकले नाहीत. तो प्रश्न नंतरच्या पिढीने सोडवला. शिक्षण म्हणजे ज्ञान. साक्षात प्रकाशच. लपून राहणं हा प्रकाशाचा धर्म नाही. त्याप्रमाणे शिक्षण घेतलेल्या बायका, प्रकाशासारख्या पसरल्या. जिथं-तिथं बायका. ह्यांना आता पुन्हा घरांकडे कशा वळवायच्या ते तुला-मला सांगताच येणार नाही. क्वचित पुढची पिढी सांगू शकेल, तेही त्या पिढीला गरज पडली तर. आपण फक्त होईल तितका ताबा ठेवायचा. त्यातून गंमत ही, की हे सगळे प्रॉब्लेम्स चांगुलपणातून निर्माण होतात.

–कसे?

–संसारासाठी आपण आर्थिक जबाबदारी थोडीशी उचलावी ही स्त्रीची भावना गैर आहे का?

–नाही.

–कामावरून दमून आलेल्या आईला मुलांनी त्रास देऊ नये, म्हणून घरातल्या माणसांनी मुलांना स्वतंत्र राहण्या-जगण्याचं स्वावलंबन शिकवलं तर ते गैर आहे का?

–नाही ना.

–ह्यातून त्या बाईला, मुलं आपल्याला दुरावली असं वाटायला लागतं, त्याला कोण काय करणार? म्हणूनच, चांगलं-वाईट, हे आपल्या पिढीला ठरवता येणार नाही.

–एकूण कठीणच आहे सगळं.

–जाऊ दे रे. सकाळी-सकाळीच नर्व्हस होऊ नकोस. दिवस खराब जाईल. एव्हरीथिंग वुईल बी ऑल राईट. चलू या आता. निघतो.

–अच्छा. भेटत राहा असाच.

–तुमची वाट पाहून-पाहून हे अगदी आता निघाले होते.

धरलं तर चावतं । २३

–मला अचानक बाब्या भेटला.

–अरे वा! नवल आहे.

–पाच वर्षांनी भेटला आज, मग काय? गप्पा रंगल्या त्या रंगल्याच.

–आम्हीही मनसोक्त गप्पा मारल्या.

–विषय तरी समजू दे कमीतकमी.

–विषय ऑफिसचाच आणि बॉसचा.

–अच्छा, म्हणजे हे...

–हो, देते ना ओळख करून, हे अग्निहोत्री. ऑफिसातले कलीग; आणि हे आमचे...

–आलं लक्षात. तुमचं वर्णन रोज ऑफिसात ऐकून होतोच.

–आमची काय काय बदनामी ऐकलीत ती तरी कळू दे.

–छे, छे भलतंच–

–इंद्रायणी, ह्यांचं स्वागत नीट केलंस की नाही?– चहा–

–एवढ्यात केला.

–आणि तुमची आठवण काढीत संपवला पण.

–ते बरं केलंत. नाहीतर कोल्ड टी घ्यावा लागला असता.

–अहो, तसंच झालं शेवटी. आमच्या गप्पा इतक्या रंगल्या की चहाचा कप तसाच राहिला. मी पुन्हा गरम करते असं म्हणाले, तरी तसाच चहा घेतला त्यांनी.

–थांब ना इंद्रायणी, निघालीस कुठं?

–आलेच कप-बशा ठेवून.

–नंतर ठेव. अग्निहोत्री आले आहेत तर...

–मी इतका वेळ डोकं पिकवलं त्यांचं. तुम्ही त्यांच्याशी बोला आता.

–ऑल राईट. ये सावकाश. हां, बोला अग्निहोत्री, कसं काय येणं केलंत?

–अगदी सहज. बाईसाहेब रजा वाढवणार आहेत की काय ते पाहायला आलो.

–तिचं काही सांगता येणार नाही.

–का?

–अहो, फटकन् कधी विचार बदलेल ते सांगता येणार नाही. हू नोज? शी मे इव्हन परहॅप्स रिझ्यूम हर ड्यूटीज टुमॉरो. खरंच सांगतो. तुम्ही हसताय पण एनीथिंग कॅन हॅपन. येऊ दे ना?

–अवश्य. अहो, ऑफिसचं काय घेऊन बसलात?– त्या आज जरी कामावर आल्या तरी हव्याच आहेत.

■

आज तरी भांडशील ना?

–तुला एक सनसनाटी बातमी सांगू का?

–अवश्य.

–काल आंबेकरचं लग्न झालं.

–माय गॉड? काल बारा तारीख नाही का?

–येस्.

–मी विसरलो. आंबेकरनं माझ्या नावानं शंख केला असेल.

–केलाच. आम्ही सर्वांनी केला, कोरसप्रमाणे.

–लग्न कसं काय झालं?

–बेस्ट.

–सनसनाटी बातमी कोणती?

–आंबेकरच्या बायकोबाबत.

–काय झालं?

–आंबेकरची बायको मुकी आहे.

–काय सांगतोस काय?

–खरं तेच सांगतो. वाटलं तर दिवेकरला विचार. दिवेकर, ए दिवेकर... दिवेकर...

–काय रे, काय हाका मारतोस? ऑफिस सुटायला आलं, मला गाडी पकडायची आहे. झटकन् बोल काय ते.

–आंबेकरची बायको...

–मुकी आहे. पुढे...

–पुढे काही नाही. त्या देवधराचा विश्वास बसत नव्हता; म्हणून तुझी साक्ष.

–माझी का म्हणून? रिसेप्शनला बर्वे आला होता, बोरकर आला होता, पाटील आला होता, टोणगांवकर आला होता. आणखी...

–मला माहीत आहे सगळी आली होती ते. आता इथे सगळे जमणारच आहेत.

–ह्या रविवारच्या ट्रिपची मिटिंग असेल?

—येस्. थांबतोस?

—नाही बाबा, लवकर जायला हवं आज.

—पळा.

—उद्या कदाचित दांडी मारीन म्हणतो.

—मार मार, माझं काय जाणार आहे?— गेला. आता इथून जो पळत सुटेल तो बोरीबंदरचा प्लॅटफॉर्म येईपर्यंत. का रे बाबा, तुझा चेहरा असा उतरलेला का?

—मी अजून आंबेकरचा विचार करतोय.

—का?

—त्याच्या भाग्याचा मी हेवा करतो.

—का?

—बायको मुकी आहे म्हणून.

—मुकी आहे हे भाग्य?

—अर्थात. ती कधी भांडणार नाही.

—वा! ग्रेट आहेस. ती भांडणार नाही, पण त्याप्रमाणे कधी प्रेमाचे चार गोड शब्द पण ऐकवणार नाही.

—बिघडलं काय?— पहिलं वर्ष जड जाईल इतकंच. एक वर्ष झाल्यावर कुणाची बायको नवऱ्याशी गोड बोलते?— भांडणच जास्त. आंबेकर त्यातून सुटला की नाही? त्याशिवाय आणखी एक फायदा. बायको अबोला धरील हीसुद्धा भीती नाही.

—देवधर, तुझं लेका एकदम दुसरं टोक असतं.

—मिराशीबुवा, मी असं का म्हणतो ते तुम्हाला कळणार नाही. बोलणाऱ्या बायकोचा आम्ही धसका घेतलाय.

—का?

—तुला मुद्दाम वेड पांघरून पेडगावला जायचं आहे का?

—अरे पण का?

—माझं आणि माझ्या बायकोचं रोज भांडण होतं, हे जसं तुला माहीतच नाही ना?

—जाऊ दे. आजची मिटिंगची मंडळी यायला लागली.

—तू 'जाऊ दे'... असं म्हणणारच. परदु:ख नेहमी शीतल असतं.

—देवधर, असा रडू नकोस. तुझी बायको तुझ्याशी रोज भांडते. त्याला आता मी काय करू?... या, या, मंडळी या.

—आमचे देवधर काय म्हणताहेत? बायको भांडते हेच ना?

—पाह्यलंस देवधर?... ही सगळी गँग इथे जमण्यापूर्वी तू इथून पळायला हवं होतंस, आता सगळे तुझ्या फिरक्या घेत बसतील.

—आमचं तकदीरच तसलं. बायको भांडणारी आणि मित्र फिरक्या घेणारे.

–लेका, असा रडू नकोस रोज. विचार करायला लाग.
–कसला?
–बायको नेहमी रागावते का, त्याचा शोध घे.
–बर्व्या, तुला काय वाटलं, मी काही कधी प्रयत्नच केला नाही?... ह्या मिराशीला विचार.
–बर्वे, तू ह्यात बोलू नकोस. तुझी बायको असते कायम पुण्याला. तेव्हा वैवाहिक जीवनावर बोलण्याचा तुला नैतिक अधिकार नाही. कारण तू संसार संसार म्हणतात तो कुठं करतोस?– काय टोणगावकर व्हॉट डू यू थिंक?
–तसंच पाह्यला गेलं तर बर्वेला कशावरही बोलता येणार नाही. कारण तो जगण्यापलिकडे दुसरं काय करतोय?
–हो, तेही बरोबरच. पण तो जगावं कसं ह्यावर नक्की काहीतरी मौलिक सांगू शकेल.
–ते जाऊ दे. आता प्रश्न चाललाय तो देवधरचा आणि त्याच्या भांडकुदळ बायकोचा. देवधरचं असं म्हणणं आहे की, त्याच्या बायकोला भांडणासाठी कारणच लागत नाही. ॲम् आय राईट देवधर?
–हो.
–ती केव्हाही भांडते.
–होय.
–देवधर, मला हे पटत नाही.
–का?
–केव्हाही भांडते म्हणजे काय?
–म्हणजे तिन्हीत्रिकाळ.
–इम्पॉसिबल.
–इम्पॉसिबल काय?
–आज संध्याकाळी भांडेल?
–हो. काय कठीण आहे?
–निमित्त नको?
–नको.
–हेच पटत नाही!
–टोणगावकर, तू असं कर. ह्याच्याबरोबर घरी जा आणि आज कोणत्या निमित्तावर ती भांडते ते पाहा.
–उसमें क्या है?– टोणगावकरला बरोबर का आणलंत ह्याच कारणापायी भांडेल.
–नाही भांडणार. पैज!
–अरे पैज तर पैज. बायको केव्हाही भांडते, इतकंच काय, तिच्याबरोबर हुकमी भांडण

आज तरी भांडशील ना? । २७

काढता येईल, ह्यावर मी कुणाशी म्हणजे वाट्टेल त्याच्याशी पैज मारू शकतो.
–देवधर, देवधर, विचार करून बोल. जगात हुकमी काहीही घडू शकत नाही.
–त्या नियमाला अपवाद आमची बायको. तेव्हा पैज घेणार?
–मंजूर?
–बाय ऑल मीन्स. आजपासून एक सप्ताह भांडायचं ठरवलं तर रोज भांडण.
–मी म्हणतो, ठरवल्यानं काहीही घडत नाही. तू भांडून दाखव. इथं उपस्थित असलेला प्रत्येकजण तुला दहा दहा रुपये देईल.
–खरं?
–येस.
–प्रत्येकाला मान्य आहे?
–होय.
–त्या बर्वेला अगोदर विचार. पैसे देण्याची वेळ आली की तो दांडी मारील.
–नाही मारणार.
–आता देवधर, पुढचं ऐक. हे धर्मयुद्ध आहे असं धरून चालायचं. भांडण झालं की नाही हे तू प्रामाणिकपणे सांगायचं. आम्ही व्हेरिफाय करण्यासाठी घरी येणार नाही. तू फक्त खरं बोलायचं.
–ऑफ कोर्स. मला ऐंशी रुपये मिळणार ह्यात शंकाच नाही.
–आठ दिवसांची मुदत. ह्या आठ दिवसांत बायको नाही भांडली तर तू प्रत्येकाला दहा दहा रुपये द्यायचेस.
–मान्य. तशी वेळच येणार नाही म्हणून मान्य. अरे ती जिथं अकारण भांडते तिथं मी काही कारण दिलं तर मग ती भांडेलच की नाही?
–ते आता तुझं तू बघ.
–ऑलराईट.

–मिराशी... अहो मिराशी...
–बोला.
–देवधर आला की नाही?
–आज हा दांडी मारतो की काय?
–कदाचित मारेलसुद्धा त्याला पैज जिंकायची आहे ना?– बायकोबरोबर भांडण झाल्याशिवाय तो कामावर यायचाच नाही.
–जस्ट पॉसिबल.
–ऑफिस-अवर्स वगळून भांडून दाखव, अशी काल अट घालायला हवी होती.

२८ । संवादिनी

–येईल, येईल तो बहुतेक.

–आला... आला... धापा टाकत आला बघ.

–या देवधर, व्हॉट्स द न्यूज?

–नो न्यूज सो फार.

–झगडा झाला की नाही!

–कसा होणार?

–का?

–बायको गेली पुण्याला.

–आँ? कधी?

–अचानक गेली. काल रात्री घरी गेलो...

–रात्री?

–मुद्दाम उशीरा गेलो तीन तास.

–का?

–भांडायला निमित्त हवं म्हणून.

–कमाल आहे. निमित्त लागतच नाही म्हणालास ना?

–ते तर झालंच. पण बाबा, ऐंशी रुपयांचा प्रश्न आहे. उगीच चान्स कशाला घ्यायचा? म्हटलं द्यावं निमित्त.

–बरं मग?

–मग काय विचारतोस? पैज मी जिंकली. इतकंच सांगतो.

–थापा मारतोस. बायको अचानक गावाला गेली म्हणतोस, मग भांडलात कधी?

–भावाच्या मोटारीनं, भावाबरोबर ती पुण्याला गेली; माझी दोन तास वाट पाहून गेली. दोन दिवसांनी ती येणार. गाडीतून उतरल्याबरोबर आता भांडण.

–स्टेशनवर?

–होऊ शकेल. पण मी स्टेशनवर जाणारच नाही तिला आणायला. म्हणजे आणखी एक निमित्त.

–बायकोनं बोलावलंय का पण स्टेशनवर?

–अर्थात! ही चिठ्ठी पाहा ना.

–दाखव.

–वाचलीस? गुड. आता जाणार नाही स्टेशनवर. टाळी दे आता नुसती. भांडण गॅरंटीड. ऐंशी रुपये मिळाले. मंथएंडला नवी पँट.

–या.

आज तरी भांडशील ना? । २९

–तू केव्हा आलीस?

–बरोब्बर साडेसात वाजता.

–आय ॲम व्हेरी सॉरी संजीवनी.

–कशाबद्दल?

–मी परवा लवकर येऊ शकलो नाही.

–असं व्हायचंच केव्हातरी.

–आजही नाही यायला जमलं. तुला उतरवून घ्यायला यायचं होतं, चिठ्ठीत तू तसं लिहिलंही होतंस, पण एकाएकी...

–अहो, तुम्ही एखादा गुन्हा का केला आहेत? असं केव्हातरी व्हायचंच.

–तसं नाही, पण संजीवनी...

–मी तुम्हाला काही बोलले का? रागावले तरी का?

–एकाएकी ऑफिसचं काम...

–म्हणूनच म्हणाले, असं केव्हातरी होणारच.

–कोण? देवधर? तू एवढ्या रामपारी.

–सांगतो, सांगतो, अगोदर तुझा तो कुत्रा बांधून ठेव बाबा.

–तो कुत्रा नाही, कुत्री आहे.

–तेच, जे काय असेल ते. अगोदर बांधून ठेव.

–बस रे, घाबरू नकोस. तिच्या पोटावर पाय देऊन पुढे गेलास तरी ती चावायची नाही. बस, बस.

–पंखा लाव बुवा, घामाघूम झालो.

–लावतो. चहा घेशील ना? माझा व्हायचाय अजून.

–घेईन.

–सरोज, ए सरोज, अगं देवधर आलाय, चहा ठेव.

–तुला मी जवळ जवळ अंथरुणातून खेचूनच काढलं बाहेर. आय ॲम सॉरी.

–आलास ना, आता नखरे करीत बसू नकोस. काम सांग.

–दिवेकर.

–बोल, बोल.

–माझी आणि ऑफिसातल्या आपल्या चांडाळांची पैज लागली आहे.

–हो, त्यावर काही काही चाललं होतं.

–यू हॅव टू हेल्प मी.

–म्हणजे काय करायचं?– मदत कोणत्या प्रकारची ते सांग.

३० । संवादिनी

–... ...
–... ...
–आयडिया.
–तुझी ती कुत्री अजिबात चावत नाही ना?
–नाही.
–मग असं करतोस?
–काय?
–मला दोन दिवस ही कुत्री दे. माझ्या घरी नेतो.
–म्हणजे काय होईल?
–संजीवनीला कुत्र्याचा मनस्वी तिटकारा आहे. कुत्रं आणलेलं पाहताच ती भडकेल, मग भांडण होणारच. भांडण झालं म्हणजे कुत्री परत करतो.
–वुईल डू.
–थँक यू.
–असं कर, कुत्री नको नेऊ. मी तुला पिल्लू देतो. ते न्यायला सोपं.
–वा, वा, बेस्ट आयडिया.
–फक्त एकच अडचण आहे.
–काय आहे आता?
–ते सारखं ओरडत असतं.
–अरे, मग तर फारच छान.

–मिस्टर देवधर चार दिवस झाले. व्हॉट अबाऊट भांडण?
–आज होणार. सेंट परसेंट भांडण. आज शामको छे बजे.
–एवढं खात्रीपूर्वक सांगतोस म्हणजे ठरवून आलास. असं ठरवून केलेलं भांडण खरं धरलं जाणार नाही.
–ठरवलं नाही.
–मग?
–तसं ॲटमॉसफिअर निर्माण करून आलोय.
–म्हणजे एक्झॅक्टली काय केलं आहेस?
–संजीवनीला कुत्रं आवडत नाही. कुत्रं पाह्यलं की तिची मस्तकातली आग मस्तकात जाते.
–मस्तकातली आग मस्तकात?
–येस. तळपायाची आग मस्तकात... हे तिच्या बाबतीत खोटं आहे. पहिल्यांदा जेव्हा

आज तरी भांडशील ना? । ३१

तळपायाची आग मस्तकात शिरली, तेव्हापासून तिथंच राह्यली.
–गुड कन्सेप्ट.
–तेव्हा आज सकाळी एक ट्रिक केली. एक कुत्र्याचं पिल्लू पैदा केलं. घरी गेलो. संजीवनी बाहेर गेली होती. नाहीतर ऑफिसला येण्यापूर्वीच वाजलं असतं. ते पिल्लू मग तसंच दरवाजाच्या कडीला बांधलं; आणि ऑफिसला आलो. शेजारी निरोप ठेवला तसा. आता मी फक्त घरी पोहोचण्याचा अवकाश आहे.
–मी तुझ्याबरोबर येऊ का आज?
–अवश्य.
–माझ्या देखत त्या भांडणार नाहीत.
–भ्रम आहे भ्रम तुझा. तू ये. आपण बरोबर जाऊ. असं कर त्याहीपेक्षा. सगळ्यांकडून दहा दहा रुपये घेऊनच ठेव! मी जिंकणार ह्यात शंका नाही.

–संजीवनी, ओळख करून देतो. हे श्री. मिराशी. माझे ऑफिसातले सहकारी आणि मिराशी ह्या...
–आलं लक्षात. तुमच्याबद्दल खूप ऐकलं होतं.
–सकाळी मी आलो तर तू घरात नव्हतीस.
–तुमच्याजवळ काल मी बोलले होते. तुम्ही विसरून गेलात.
–कसं आहे पिल्लू?
–तसं चांगलं आहे. मला सांगायचं तरी अगोदर!
–का?
–नुसतं कुत्रं आणलं म्हणजे झालं का?... त्याला खायला डिश् नको? भांडं नको? मी घरी आले तर ते सारखं केकाटत होतं. मग पुन्हा बाहेर पडले. दोन ॲल्युमिनियमची भांडी आणली. त्याला बसण्यासाठी छोटी गादी आणली. आता कसं शांत बसलंय पाह्यलंत?
–चाळीतले लोक बोंबलले का?
–काही दिवस बोंबलणारच. नंतर होईल त्यांना सवय. गेल्या महिन्यात आपल्या मजल्यावर चोर आला होता तेव्हा प्रत्येकाला वाटलं, एक कुत्रं हवं होतं म्हणून. मी आज सगळ्यांना तेच सांगितलं. मग गप्प बसले सगळे.
–सुटलो.
–का?
–चाळीतली माणसं सळो की पळो करतील असं वाटलं होतं.
–त्यांची काय टाप आहे? तुमच्या वतीनं मी होते ना सगळ्यांशी सामना करायला.

का हो मिराशी, हसलात का?

–काही नाही, सहज.

–नाही. तुमचं हसणं सहज वाटलं नाही.

–खरंच, काही नाही.

–माझ्याबद्दल तुम्ही बरंच ऐकून होतात असं तुम्ही आल्याबरोबर म्हणाला होतात. काय काय ऐकलंत तेही सांगा.

–तसं काही नाही.

–काही असेल तर लपवायचं काय कारण आहे? तुम्ही सांगितलं नाहीत, तर माझ्याबद्दल जे काय ऐकलंत ते नक्की चांगलं नव्हतं असा अर्थ होतो.

–तसं नाही वहिनी, तुम्ही फार सिरीयसली बोलताय. तसं काही खास ऐकलं नाही.

–बरं माझा विषय तरी कसा निघाला ते सांगाल?

–तुमचा असं नाही, सगळ्यांच्याच बायकांचा टॉपिक चालला होता. प्रत्येकानं आपल्या बायकोचं वर्णन केलं.

–यांनी काय सांगितलं माझ्याबद्दल?

–म्हणजे सौंदर्याबाबत?

–आणि स्वभावाबाबत पण.

–सौंदर्याबाबत काही नाकारता येणारच नाही. देवधर, स्पष्ट बोलतो, माफ कर हं.

–जाऊ दे रे, विषय कशाला हवा? फरगेट.

–थांबा हो, पुढचंच तर महत्त्वाचं आहे. हां, मिराशी, सौंदर्याबद्दल जसं स्पष्ट बोललात तितकंच स्पष्ट आता स्वभावाचं सांगा.

–तुम्ही स्वतंत्र विचारसरणीच्या आहात.

–म्हणजे?

–म्हणजे प्रत्येक विषयात तुमची मतं इतरांपेक्षा वेगळी असतात. त्यामुळे...

–बोला की. त्यामुळे मतभेद होतात, असंच ना?

–जवळ जवळ तसंच.

–मतभेदातून संघर्ष होतात.

–केव्हा केव्हा होतात.

–संघर्ष हा शब्द सौम्य वाटतो नाही?

–अंऽऽ, काहीसा.

–मिराशी. सरळ सरळ भांडण होतं म्हणून सांगा ना.

–...

–तुम्ही माझ्याबद्दल काय काय ऐकलं असणार ह्याचा मी अंदाज करू शकते.

–नमस्ते...
–नमस्ते. आज तुम्ही बसला कसे काय आलात?
–आज गाड्यांचा काहीतरी गोंधळ आहे. इथं बसलो तुमच्या शेजारी तर हरकत नाही ना?
–इश्श, माझी हरकत असायचं काय कारण?
–थँक यू.
–दोन व्ही.टी. द्या.
–अहो, तुम्ही कशाला तिकीट काढता? मी...
–कधी नवत बसनं येताय ना? आमचे गेस्ट म्हणून चला.
–तुमची मर्जी.
–तुम्ही पुष्कळ दिवसांत दिसला नाहीत? रजेवर होतात का?
–नाही.
–तुमची प्रकृती पण ठीक नाही वाटतं.
–चांगला ठणठणीत आहे की हो.
–चेहरा उतरल्यासारखा वाटतो.
–तो काळजीमुळे.
–तुम्हाला कसली काळजी?
–पुष्कळ आहेत. तुम्हाला नाहीत?
–आहेत ना. पण मी मनावर घेत नाही.
–ते कसं जमतं?
–जमवावं लागतं. काळजी करू नकोस, असं कुणी सांगणारं असलं म्हणजे माणूस जास्त काळजी करायला लागतं. मला तसं कुणीच नाही. मी एकटीच आहे.
–डोकं कधीच भडकत नाही?
–भडकतं ना. मी माणूसच आहे.
–एक विचारू?
–अवश्य.
–अशा वेळी काय करता?
–मस्त सिनेमा पाहून येते.
–एकट्या?
–अर्थात्. कुणी बरोबर आलं तर नाही म्हणत नाही.
–सिनेमात लक्ष लागतं?
–सहज. ती सवय डेव्हलप करावी लागते. तुम्ही पण ट्राय करा.

३४ । संवादिनी

–केव्हा?
–काळजीत असाल तेव्हा.
–म्हणजे आजच जायला हवं.
–जाऊ या.
–खरंच?
–हो त्यात काय आहे?
–तुमच्याबरोबर मी आलो तर तुम्हाला चालेल?
–हो, त्याला काय झालं? शेजारच्या खुर्चीत अनोळखी व्यक्ती येण्याऐवजी तुम्ही आलात तर उत्तमच!

–रमेश, तुम्हाला त्रास दिला माफ करा.
–नो फॉरमॅलिटीज. काम बोला काय होतं ते.
–मी परस्पर सिनेमाला जातोय. संजीवनीला फक्त निरोप द्या. कारण ती काळजी करील.
–हात्तिच्या, एवढंच ना? डोन्ट वरी! कोण कोण जातंय?
–हो सांगायचं राह्यलंच. तुमची ओळखच करून देतो. चला.
–कुठं जायचं?
–मोहिनी तिथं बुकिंग ऑफिसजवळ थांबली आहे. तिला पुढे पाठवली मुद्दाम. चार लोकांनी पाह्यला नको.
–मी कशाला येऊ?
–पोरगी तर पाहा. बायकांनी कुंकवाला आणि पुरुषांनी मुली पाहायला कधी नाही म्हणू नये.
–चला.
–मोहिनी, हे माझे मेव्हणे रमेश. आणि रमेश, ही मोहिनी मराठे. आमच्याच ऑफिसात आहे. पुष्कळ दिवस सिनेमाला जायचं चाललं होतं. आज नक्की ठरवलं. संजीवनीला जरा निरोप द्या.
–अवश्य.

–परवा तुम्ही फोन करून बोलावून घेतलंत. आज आता मी तुम्हाला बोलावलं.
–नथिंग इज् रॉंग इन् इट्.
–समोरच्या हॉटेलात बसून बोलू या?

आज तरी भांडशील ना? । ३५

–कसंही. हवं तर मोटारीतून जाता जाता बोलू या?

–चालेल.

–चला.

–दार कसं लावायचं?

–चांगलं जोरात ओढून घ्या. व्हेरी गुड.

–बोला आता.

–तसं खास आहे आणि नाही, दोन्हीही. तुमचा निरोप तर परवाच पोचवलाच.

–संजीवनी काही म्हणाली, रागावली का तुम्ही निरोप दिलात तेव्हा?

–ते मी तुम्हाला विचारणार आहे.

–का?

–मला माझ्या बहिणीचा तापट स्वभाव माहीत आहे. तिला एवढंसं निमित्त पुरतं भांडायला.

–केव्हा केव्हा तर निमित्तही लागत नाही.

–आय नो दॅट.

–हल्ली हल्ली मात्र शांत झाल्यासारखी वाटते.

–फॅक्ट का फीलिंग.

–नो. नो, इटस अ फॅक्ट.

–नवल आहे.

–नवल तर आहेच, पण ते घडलंय. माझ्याकडून फार चुका झाल्या आठ दिवस.

–म्हणजे?

–मी गाढवासारखा वागलो.

–म्हणजे कसं?

–घरी उशिरा जात होतो. एक दिवस पत्त्याचा अड्डा रात्रभर मांडला. सिगारेट ओढली. ड्रिंक्स पण घेतली. कुत्र्याचं पिल्लू काय सांभाळायला आणलं, आणि कहर म्हणजे काल मोहिनीबरोबर सिनेमाला गेलो. तरी ती शांत.

–तुम्हीच सांगता तेव्हा विश्वास ठेवायला हवा. तुम्ही खोटं सांगणार नाही उगीच.

–खोटं? मुळीच नाही. भांडण हवं असताना भांडली नाही आणि मला ऐंशी रुपयांना फटका बसला.

–काय सांगता काय?

–विचारू नका गाढवपणा. पैज मारली होती ऑफिसात बायको भांडेल म्हणून.

–जाऊ दे. आता हळहळण्यात काय फायदा?

–रमेश, ऐंशी रुपये गेले.

–पैज मारणं हा छंदच वाईट. मी पण घालवले शंभर रुपये, पैजेपायी.

३६ । संवादिनी

–कुणाशी मारलीत?

–संजीवनीशी.

–माय गॉड. कसली पैज?

–मी बोललो परवा पुण्याच्या ट्रिपमध्ये, नवऱ्याचं रोज डोकं उठवतेस; एखादा आठवडा तरी शांत राहून दाखवशील का?– ती 'हो' म्हणाली. तुमच्याकडून आत्ता कन्फर्म केलं, भांडली नाही म्हणून...

–रमेश, रमेश. मोटार अशीच आता बद्रीकेदारला घेऊन चला.

–का?

–आठ दिवसांत तिला एवढी कारणं मिळवून दिली आहेत– आता बुडालो, मेलो. रमेश, प्लीज-घराकडे गाडी नेऊ नका.

■

आत्मनस्तु कामाय

–अहो उठा. तुम्हाला एक आनंदाची बातमी सांगायची आहे.
–अंऽ ऽ ऽ अं ऽ ऽ, काय म्हणतेस?
–पाहा, पाहा, पेपर तर पाहा, तुमच्या ऑफिसातला तो वर्तक पहिला आला.
–काय सांगतेस काय?
–पाहा ना, फोटोसुद्धा आलाय् पेपरात.
–उठायलाच हवं मग. आण, आण तो पेपर.
–उठा ना. चूळ भरा. डोळ्याला पाणी लावा, तोपर्यंत मी चहा पण टाकते.
–मी तोंडच धुतो, चहा ठेवायची घाई करू नकोस.
–का?
–वर्तक धावत येईल इथं.
–कशावरून?
–एक आपला तर्क.
–त्याला घर माहीत आहे का पण?
–कालच पत्ता मागून घेतला त्यानं. मनासारखा निकाल लागला तर पेढे घेऊन येतो, असं म्हणाला होता काल.
–त्याच्याबरोबर पुन: घ्या चहा. तो आलाच नाही तर?
–नक्की येणार तो. नुसता पास झाला तर येणार होता. आता तर पहिला आलाय. बघ, वाजलंच दार. नक्की तोच आलेला असणार, दार उघड.
–थांबा, थांबा, एवढी गादी गुंडाळू दे कमीत कमी. तो काय म्हणेल!
–कमाल आहे तुझी. गाद्या घरोघरी असतात.
–खुर्ची मांडायला तरी जागा हवी का नको? एक मिनिट थांबा ना! छे बाई, कमाल झाली.
–तो बाहेर भेटायला अधीर झालाय्. कमाल काय त्यात?
–आता खुशाल उघडा दार.

३८ । संवादिनी

–हो, हो, हो, नीट आत या वर्तक, उंबऱ्याच्या आत या, मग नमस्कार करा.
–सर, सर, आय रिअली कांट एक्स्प्रेस मायसेल्फ.
–साहजिक आहे. साहजिक आहे. हेवा वाटावा असं यश मिळवलंत. या. या. बसा. मोकळेपणी बसा. घरातला पसारा पाहू नका. बाहेर ये ग. वर्तक आले आहेत.
–काकी, नमस्कार करतो हं.
– विजयी व्हा. अशाच चांगल्या चांगल्या बातम्या कानावर येऊ देत.
–काकी, पण हे काय आणलंत?
–लाडू आहे. तोंड गोड करा.
–खरं म्हणजे कशाचीच इच्छा राह्यली नाही सर.
–बरोबर आहे, पण आपला संकेत म्हणून घ्या. संपवला नाहीत तरी चालेल.
–सर, माझ्याबरोबर तुम्ही घ्या.
–वर्तक, सकाळी मी चहाशिवाय–
–सर, संकेत म्हणूनच. माझ्याबरोबर तोंड गोड करायचं म्हणून.
–ऑलराईट, ऑलराईट. अरे पण, हे तुम्ही काय आरंभलं आहे?
–विशेष काही नाही. आज तुम्ही कशाला नाही म्हणायचं नाही.
–पण हे हार वगैरे प्रकरण काय आहे?
–सर, माझं आजचं यश तुमचं आहे. पेढे इतरांसमोर मी तुम्हाला ऑफिसात देऊ शकतो. पण तिथं हा असा हार घालता येणार नाही. तिथं ते नाटक वाटेल, आणि तुम्हालाही ऑक्वर्ड वाटेल.
–अहो पण ह्याची मुळातच काही गरज होती का?
–सर, आज तरी हा वर्तक तुम्हाला– माझ्या यशाच्या श्रेयापलीकडे तुम्हाला दुसरं काही देऊ शकत नाही.
–वर्तक, माझी तशी अपेक्षा पण नाही. कारण मी फार काही तुमच्यासाठी केलं असं मला वाटत नाही.
–ते मला ठरवू दे. काकी, कुणाला कल्पना यायची नाही. ह्यांनी सांभाळून घेतलं म्हणून अभ्यास झाला. मी ऑफिसला उशीरा जात होतो, केव्हा केव्हा लवकर पळत होतो. ऑफिसात तर कितीतरी वेळा अभ्यास केला. केव्हा साहेबच सांगायचे, 'हेड ऑफिसला जा' म्हणून. सगळ्या लोकांना समजावं म्हणून मुद्दाम ओरडूनच सांगायचे. मी तिथून निघालो की सरळ लायब्ररीत जात होतो.
–वर्तक, त्यात विशेष काय? माझ्या पदरचं काही खर्च होत होतं का?
–सर, काम ते काम. ते 'अ' ने केलं नाही तर 'ब' ला करावं लागतं. तुम्ही कधी दर्शवलं नाहीत. पण मला नुकतंच समजलं की तुम्ही रोज ओव्हरटाईम करत होता.
–तसं मी त्यांना एकदोनदा, विचारलं की एकाएकी एवढं काम कसं वाढलं? तर

आत्मनस्तु कामाय । ३९

काही ना काही उत्तर देऊन मला गप्प करायचे.

–बरं झालं पण. धावपळीला यश आलं.

–सर, मी आता निघू? अजून तीनचार घरी जायचं आहे.

–निघा निघा. एकदा शांतपणे या आता.

–ऐकलं का, त्यांना जेवायलाच बोलवा.

–गुड आयडिया. वर्तक, बाईसाहेब म्हणताहेत जेवायला या.

–सर, जेवणाचं म्हणजे...

–सबब नाही सांगायची. फक्त दिवस सांगायचा.

–तुम्हीच सांगा.

–बुधवारी रात्री?

–चालेल. पण काकी, बेत साधा हं. मी खवैय्या म्हणून प्रसिद्ध नाही.

–अगदी साधा बेत.

–बरं सर, येतो.

–घर सापडलं का पटकन्?

–लगेच. तुम्ही पत्ता दिलेला होताच. तळमजल्यावर नुसतं 'नार्वेकर' असं विचारलं,
एक लहान मुलगाच वर आला दाखवायला.

–सर. तुम्ही मला लाजवलंत, जेवायला या म्हणालात, मी आढेवेढे न घेता आलो.
प्रेझेंट वगैरे देऊन मला आणखीन शरमिंधा...

–वर्तक, असं काही बोलू नका.

–तर काय?– आम्ही 'या' म्हणालो, तुम्ही आलात. ह्यात जी काय गंमत होती ती
सगळी निघून जाते हे असं काही बोललं म्हणजे. काय हो?

–तेच म्हणतो मी. मी संधी दिली, ऑफिसकामाचं बर्डन पडून दिलं नाही– असं, तुम्ही
वारंवार बोलून दाखवलंत. ते खोटं नाही, पण त्यात काहीतरी आनंद होता.
आपल्यासमोर, आपल्या देखत काहीतरी फुलत आहे हे पाहण्यात आनंद होता.
भुईनळ्यातून बघताबघता पुरुषभर उंचीचं ठिणग्यांचं झाड उभं राहतं तेव्हा मुलांना
होणारा आनंद आणि मला होत होता तो आनंद ह्यात फरक नव्हता. ते झाड क्षणभरच
फुलतं. तुमचा यशवृक्ष मात्र आकाशापर्यंत गेला.

–सर सर, लेखक का झाला नाहीत?

–छे हो, ती गादी फार मोठ्या लोकांची आहे.

–मोठ्या वगैरे काही नाही. बरं का वर्तक, मी तुम्हाला सांगते, पुष्कळ शिकायचं,
लेखक व्हायचं हे ह्यांचं स्वप्न होतं. पण नाही जमलं. पत्रं मात्र इतकी छान लिहितात.

४० । संवादिनी

–म्हणजे आता सरांचं पत्र संग्रही हवं असेल तर मला त्यासाठी गावाला जायला हवं.

–वर्तक, बायकांची सगळी स्तुती खरी मानायची नसते. कोणे एके काळीच्या गोष्टी सांगते. तेव्हा नुकतंच लग्न झालं होतं. माहेरी गेली लग्नानंतर तेव्हा दोन तीन पत्रं पाठवली होती. आता वाटतं, एवढी चांगली पत्रं तेव्हा लिहायला नको होती.

–का?

–अहो तेव्हापासून गेल्या सतरा वर्षांत माहेरी गेलीच नाही.

–हो का हो काकी?

–अगदीच एकटे पडतात, नाही जावंसं वाटत.

–आता मी आहे. तुम्ही जाऊ शकता.

–तुम्ही लग्न करा, मग जाईन.

–आलात. काकी, समेवर आलात. पुरुषाला एकदा खोड्यात अडकवला, की बायका खूष.

–वर्तकानं चांगलंच नशीब काढलं.

–वरची जागा मिळाली असेल.

–नुसत्या वरच्या जागेनं काय होतंय्? तो चालला फॉरीनला. त्याला स्कॉलरशिप मिळाली.

–नोकरी सोडून जाणार?

–जवळ जवळ तसंच. 'हिंदुस्थानात परतल्यावर केव्हाही या, नोकरी देऊच–' असं आमच्या साहेबांनी सांगितलं त्याला. पण ते काही खरं नाही.

–म्हणजे काय?

–म्हणजे वर्तक येईलच असं नाही. आमच्या ऑफिसपेक्षा मोठ्या कंपन्यांकडून त्याला ऑफर्स येतील.

–केव्हा जाणार?

–नक्की दिवस अजून ठरायचाय्. सध्या रजेवरच आहे तो.

–का?

–प्रवासाची तयारी. व्हिसा, पासपोर्ट अनेक भानगडी असतात फॉरीनला जायचं म्हणजे. जायचा दिवस ठरला म्हणजे येईलच भेटायला. सांगून गेलाय् तसं. तुझ्या स्वयंपाकाची तारीफ करीत होता.

–काहीतरीच.

–खरंच सांगतोय. आणि तारीफ करावी असा मेनू जमलाही होता; त्या दिवशी.

–माझ्या दृष्टीनं जसा जमायला हवा होता तसा नव्हता जमला स्वयंपाक.

आत्मनस्तु कामाय । ४१

–आज मला कोण भेटलं असेल असं वाटतं तुम्हाला?
–श्रीधर भेटला असेल.
–नाही.
–लतू भेटली?
–नाही.
–मग कोण?
–ओळख ना.
–आमचे बाबा भेटले?
–तुझ्या माहेरच्याच माणसांनी भेटावं काय फक्त?
–मला नाही बाई ओळखता येत.
–अग वर्तक भेटला वर्तक.
–काय सांगता काय?
–वर्तक भेटला हेच.
–अमेरिकेहून आला कधी पण?
–आठ दिवस झाले, म्हणाला.
–काय हां हां म्हणता दिवस गेले नाही? किती वर्षं झाली आठवतं का हो?
–बरोबर तीन वर्षं होता तिकडे.
–आता अंगापिंडानं चांगला भरला असेल?
–असेल.
–असेल म्हणजे काय? तुम्हाला भेटला ना तो?
–होय, पण आम्हा पुरुषांचं एवढं लक्ष नसतं.

–कोपरकर, तुला एक सनसनाटी बातमी देतो.
–बोल, बोल. खरी सनसनाटी हवी. नसेल तर चहा द्यावा लागेल.
–ह्या साल्याचा नेहमीचा चहाचा प्रश्न आलाच.
–कोपरकर, तू असं कर. देसाईला म्हणावं, की नुसती बातमी सांग. ती सनसनाटी आहे की नाही, हे आम्ही ठरवू.
–अरे खरंच सनसनाटी...
–सांग ना आधी.
–नको. प्रथम चहाचं ठरवा.

४२ । संवादिनी

–अरे ठरवायचं काय त्यात? बातमी तशी नसेल तर आपल्याला पाचही लोकांना चहा पाजेल.
–बोल देसाई, बातमी बोल.
–अरे वर्तक पुन: आपल्याच ऑफिसात नोकरीला येतोय.
–का? जॉन्सन कंपनीला काय सोनं लागलंय?
–सोनं जरी नसलं तरी इथं नोकरी मिळवण्यासाठी धडपड करावी असं जरूर इथं आहे; अगदी स्केलपासून.
–ते राहू दे रे, वर्तक इथं पुन: येतोय ह्यात काही सनसनाटी आहे का?
–खरंच की. काहीच नाही.
–तुम्हाला लेका चहा हवा असला...
–चुकीची दुरुस्ती कर. फुकटात चहा हवा असला...
–फुकटात. हे आता मी गृहीत धरलंय. तर, चहा हवा असं ठरवलं की तुम्हाला काहीच सनसनाटी वाटणार नाही. उद्या मी इंदिरा गांधीचं नाव घेतलं तरी तुम्हाला ते सनसनाटी वाटणार नाही.
–ऑफ कोर्स. चहा मागव आता. सगळ्यांना सहा कप.
–येस. नाहीतर एक कप चहा आणि सात बशा मागवशील.
–तुम्ही चौघं गप्प बसायला काय घ्याल?
–सांगितलं ना, 'चहा' म्हणून.
–माझी बातमी संपली नाही अजून.
–हे आधी नाही सांगायचं?
–आता ऐकणार की जाऊ?
–बोल.
–आपल्या पिअर्सन साहेबांचा पी.ए. म्हणून येतोय.
–अरे मग नार्वेकरांचं कसं होणार?
–काय मंडळी, बातमी सनसनाटी आहे की नाही?
–येस् देसाई. वर्तक केव्हापासून येणार?
–त्याची बसायची व्यवस्था झाली की.
–म्हणजे?
–त्याला केबिन नको?
–सध्या वर्तक नार्वेकरांच्या केबिनमध्ये बसेल की.
–नार्वेकरांपेक्षा वर्तकची पोस्ट वरची रहाणार आहे.
–कसं शक्य आहे?
–अरे बाबा, स्पेशल पोस्ट क्रिएट केली आहे.

–मग नार्वेकरांचे वांधे.
–का?– त्यांच्या पोझिशनला धक्का लागत नाही.
–नसेल. पण नार्वेकर काय कट्सचा माणूस आहे, कल्पना आहे? ही जस्ट कांट टॉलरेट.
–साहेबांपुढे काय करील?
–हां, हे विसरा. साहेब नार्वेकरांना ओळखून आहे. चहा प्रकरण माहीत आहे ना?
–नाही.
–वा देसाई, माहीत नाही?
–खरंच नाही.
–नार्वेकरांनी नेहमीप्रमाणे एकदा खोलीत ट्रे मागवला.
–अरे त्यावेळी त्यांना केबिन मिळायची होती. हे बाहेरच घडलं हॉलमध्ये.
–नार्वेकर चवीचवीनं पंधरावीस मिनिटं चहा घेत बसले होते; आणि साहेब समोर उभं राहून शांतपणे पाहात होता. नार्वेकरांची इतकी तंद्री लागली होती, की त्यांना पत्ता नाही साहेबांचा. सगळा स्टाफ ते पाहात होता, पण कुणाची टाप नाही मधे काही बोलायची. नार्वेकरांनी शेवटचा घोट घेतला आणि मग एखादी तोफ डागावी तसा साहेब गरजला. नार्वेकर मात्र शांत होते. त्यानंतर नार्वेकरांचा चहा बंद झाला. ओळीनं चार वर्षात त्यांनी चहा घेतला नाही. त्यांना प्रमोशन मिळालं, केबिन मिळाली, पण चहा थांबला तो थांबलाच, शेवटी पीटरसाहेब रिटायर झाला. त्याला सेंड ऑफ पार्टी दिली त्या दिवशी ते चहा प्यायले.
–त्या दिवशी चहा कसा घेतला ते सांग. त्याला महत्त्व आहे.
–पार्टीच्या वेळी पीटरसाहेबानं जाहीर कौतुक केलं ते नार्वेकरांचं. दहा वर्षात नार्वेकरांच्या कामात एकही चूक झाली नाही म्हणून साहेबाला घातलेला हार त्यानं प्रेमानं नार्वेकरांच्या गळ्यात घातला. नंतर चहा झाला. नार्वेकरांनी चहा नाकारला. पीटरसाहेबानं चौकशी केली. तेव्हा नार्वेकर काही बोललेच नाहीत. तिथं आपले खांडेकर होते. नार्वेकरांनी चार वर्षात चहा घेतला नाही हे त्यांनी सांगितलं. साहेबांनी जाहीर माफी मागितली. दिलगिरी नव्हे, चक्क माफी. पार्टीत जेव्हा नार्वेकरांनी पहिला घोट घेतला तेव्हाच साहेबांनी इतरांना चहा घेऊ दिला. चहाच्या अपमानाचं उट्टं नार्वेकरांनी ऑफिसच्या कामावर काढलं नाही ह्याचा साहेबांनी खास उल्लेख केला.
–तसं आता काही व्हायचं नाही. वर्तकांची आणि नार्वेकरांची रिलेशन्स फार चांगली आहेत.
–तरी हाताखालचा माणूस बॉस झालेला कुणाला खपणार नाही.
–त्यांचे पोर्टफोलिओज निराळे ठेवले की झालं.
–लेट अस सी व्हॉट हॅपन्स.

४४ । संवादिनी

—ह्या वयात नार्वेकर नोकरी नक्की सोडत नाहीत.
—ट्रान्स्फर मागून घेतील फार तर.
—लेट अस वेट अँड वॉच.

—येऊ का?
—कोण ते? अय्या, वर्तक, तुम्हीच का ते? मग असं बाहेरून काय विचारताय? आत
या ना.
—नार्वेकर आहेत ना?
—ते अजून यायचे आहेत कामावरून. तुम्ही आत या ना. असे परक्यासारखे बाहेर का
उभे? मी आहे ना घरात. बसा. चहा घेणार ना?
—नको. मी चहा घेऊनच आलो. नार्वेकर अजून कसे आले नाहीत? आता चांगले
साडेआठ व्हायला आले.
—त्यांना केव्हा केव्हा उशीर होतो.
—त्यांनी ऑफिस आज लवकर सोडलं.
—तुम्ही आज तिकडे गेला होतात वाटतं.
—म्हणजे काय काकी? तुम्हाला नार्वेकरांनी सांगितलं नाही?
—काय?
—मी पुन्हा त्याच ऑफिसात लागलो.
—कधीपासून?
—झाले की चार दिवस.
—मला काही म्हणजे काही बोलले नाहीत.
—नवल आहे.
—गेले चार दिवस ते गप्प-गप्पच आहेत. असे कधी नसतात ते. स्वभावानं अबोल
नाहीत. आमच्या शंतनूला आम्ही जेव्हा पाचगणीला ठेवलं तेव्हा हे असे घुम्यासारखे
होते काही दिवस. त्यानंतर हल्ली चार दिवस झाले आहेत पुन्हा...
—त्याला मीच जबाबदार आहे काकी.
—तुमचा काय संबंध?
—मी त्यांच्याच ऑफिसात त्यांचा ऑफिसर म्हणून आलोय. त्याचा त्यांना धक्का
बसलाय. वास्तविक मी त्यांच्याशी ऑफिसरसारखा वागलेलो नाही. म्हणजे मला
वागता येणारच नाही. हाताखालच्या माणसांना अजून मी सहीसाठी त्यांच्याकडे
पाठवतो. पुष्कळदा, सही करण्याचा अधिकार माझा असतानाही! त्यांना लाजवण्याचा
किंवा स्वतःचा मोठेपणा दाखवण्याचा अजिबात प्रयत्न नाही माझा. अंतःकरणापासून

आत्मनस्तु कामाय । ४५

जे वाटतं ते मी करतोय. कागदोपत्री मी ऑफिसर असेन. मी मात्र नार्वेकरांनाच बॉस मानतोय. तरीसुद्धा ते डिस्टर्बड् आहेत. थोडं ते स्वाभाविक सुद्धा आहे. त्यांचा स्वाभिमान जाज्वल्य आहे. ऑफिसातली माणसं चेष्टेनं म्हणतात की, वासुदेव बळवंत, लोकमान्य, स्वातंत्र्यवीर आणि चौथे आपले नार्वेकर.

–छान. क्रम चांगले लावलेत.

–हसू नका काकी, ही अतिशयोक्ती नाही. नार्वेकर खरंच तसे आहेत.

–वर्तक, त्यांच्याशी संसार करते आहे मी. ते कसे आहेत ते तुम्ही सांगता मला? एखाद्यावर प्रेम करायचं म्हणजे जीव पाखडतील, पण फिरले की फिरले.

–सध्या फिरले आहेत.

–येतील, येतील नॉर्मलला. मी समजूत घालीन त्यांची. माझ्या शब्दाबाहेर ते नाहीत. दोन दिवसांत तुम्हाला फरक जाणवेल.

–काकी, तुम्हाला काही कल्पना नाही.

–कसली?

–सांगू?

–सांगा.

–मनावर परिणाम करून घ्यायचा नाही.

–सांगा तर खरं.

–नार्वेकरांनी नोकरीचा राजीनामा दिला आज.

–कशावरून?

–बघा. तुम्हाला धक्का बसला. आधी खाली बसा. उभ्या राहू नका. बसा. बसा पलंगावर पडताय का?

–नको नको.

–पाणी आणू?

–नको.

–पंखा लावतो हं... आता बरं वाटतंय का?

–हो. एक सांगता?

–सांगतो ना.

–तुम्ही सांगता हे नक्की का?

–त्यांचा राजीनामा आत्ता माझ्या खिशात आहे. परत घ्या म्हणून सांगायला आलोय मी. आणि त्यांनी राजीनामा परत घेतल्याशिवाय मी इथून हलणार नाही. त्यांच्याएवढाच मी हट्टी आहे.

–वर्तक, तुम्ही हराल.

–काकी, मला कुठेही नोकरी मिळेल. मी नार्वेकरांच्या आकर्षणानं इथं नोकरी

४६ । संवादिनी

पत्करली. नार्वेकरांना त्याचा मनस्ताप होईल ही मला कल्पना नव्हती.

—वर्तक, वेळ आली की माणसांबद्दल बांधलेले अंदाज असेच चुकतात.

—काकी, आता मी काय करू?

—तुम्ही माझं ऐकत नाही, मग मला विचारता कशाला?

—काय ऐकायचं सांगा.

—तीन तास झाले. तुम्ही वाट पाहात आहात. दोन घास खाऊन घ्या म्हटलं तर...

—काकी, जेवणावर मनच नाही. नार्वेकरांना भेटायचं आहे. त्यांनी राजीनामा मागं घेतला की पुन: जेवायला येईन. आज बोलूच नका.

—मग काय करायचं वर्तक?

—मी आता निघतो. राजीनामा इथंच ठेवतो. तुम्ही त्यांची वाट पाहात असताना मी असं जाणं बरोबर नाही...

—तसं काही नाही. तुम्हाला लांब जायचंय.

—म्हणून केवळ जातोय. ठाण्याला जाईपर्यंत दीड तास सहज मोडेल. त्यांना राजीनामा मागे घ्यायला लावा.

—प्रयत्न करते.

—काल रात्री मी तुम्हाला काही विचारलं नाही. तुमची मन:स्थिती बरोबर नव्हती. आज आता नीट बोला.

—काय बोलायचं?

—तो पेपर आधी बाजूला ठेवा.

—अग, अग फाटेल, ओढू नकोस.

—हं. सांगा आता.

—काय सांगायचं?

—गेले चार दिवस गप्प गप्प का होता!

—विचारात होतो.

—कसल्या?

—भवितव्याच्या.

—का?

—भवितव्य बदलावं असा विचार होता.

—आलं लक्षात.

आत्मनस्तु कामाय **। ४७**

–तुला कळायचं नाही काही.

–मला समजलंय.

–कसं काय?– काय?

–काल वर्तक आले होते.

–वर्तक?

–होय. एवढं नवल वाटायचं कारण काय?

–तो आता साहेब झालाय.

–साहेब असला तर त्याच्या ऑफिसात.

–त्याचं आणि माझं ऑफिस एकच आहे. तो आता वर्तक राह्यला नाही. वर्तकसाहेब झालाय.

–...

–तुमच्याशी तो साहेबासारखा वागत असेल असं वाटत नाही.

–नाही वागत.

–मग तरी...

–बोल ना, तरी काय?

–तुम्ही राजीनामा दिलात.

–कुणी सांगितलं?

–वर्तकनी सांगितलं.

–कधी?

–काल रात्री इथं तुमची ११॥ पर्यंत वाट पाहात थांबले होते.

–काय म्हणत होते?

–तुमच्या राजीनाम्याचा कागद ठेवून गेलेत.

–आणि तू त्यांना तो ठेवू दिलास?

–हो.

–का?

–तुम्ही राजीनामा देऊ नये असं मलाही वाटतं.

–ते आता होणार नाही.

–वर्तक तुमच्याशी साहेबाप्रमाणे अजिबात वागत नाहीत असं ते काल सांगत होते.

–ते त्यांनीच कशाला सांगायला हवं? मी ते मान्य करीन, मनापासून. कारण इटस ए फॅक्ट.

–मग तरी...

–तरी राजीनामा.

–का पण?

४८ । संवादिनी

–ते मला सांगता यायचं नाही; आणि जरी सांगायचा प्रयत्न केला तरी तुला ते कळणार नाही.

–एवढी मी निर्बुद्ध नाही.

–ह्या विषयावर आपण बोलू या नको. संघर्ष वाढेल.

–ह्याचा अर्थ तुम्हाला मी निर्बुद्ध वाटते.

–तू कोणताही तर्क लढवू शकतेस.

–काय ते स्पष्ट बोला.

–स्पष्ट बोला तर ऐक. तू निर्बुद्धपणा केलासच.

–कधी?

–ओरडायचं नाही. तू जरूर भांड, पण हे सर्व चार भिंतींच्या आत राहायला हवं. आपण चाळीत आहोत. स्वतंत्र बंगल्यात नाही.

–...

–सुरुवात केलीस ना?– आता गप्प बसू नकोस. ओरडू नकोस म्हणालो, ह्याचा अर्थ गप्प बसणं असा होत नाही.

–मला काहीच म्हणायचं नाही. मला निर्बुद्ध ठरवता हे मी सहन करणार नाही. ते कां म्हणालात तेवढं सांगा, आणि नाही सांगितलंत तरी आग्रह नाही.

–काल वर्तकांकडून तू राजीनामा ठेवून घ्यायला नको होतास.

–तुम्ही तो आज पुन्हा पाठवू शकता.

–ते तर मी करणारच आहे; करावंच लागेल तुझ्या चुकीमुळे.

–चूक वगैरे मुळीच नाही. वर्तकांना मी ओळखते. त्यांचं पटलं म्हणून...

–पटलं कसं?– माझा विचार ऐकून घेतला नाहीस.

–तुम्ही बोलत नव्हता चार दिवस.

–म्हणजेच काहीतरी बिनसलं होतं. ते तुला माहीत होतं. मामला ऑफिसचा होता आणि म्हणूनच तू वर्तकांना सरळ सांगायला हवं होतंस की राजीनामा परत देऊ नका, ह्यांना आवडणार नाही.

–मी नाही एवढा विचार केला. तुम्ही नोकरी सोडू नयेत, असं मलाही वाटतं.

–का?

–आता का म्हणजे, एवढ्या मोठ्या पगाराची नोकरी, इतकी वर्षं तुम्ही त्या ऑफिसात...

–काही सोनं लागलं नाही. कैक नोकऱ्या मिळतील.

–दुसरीकडे मिळाल्यावर सोडायची.

–म्हणजे काही दिवस वर्तकच्या हाताखाली...

–तुम्हाला वर्तकचा हेवा वाटतो का?

–काहीतरी आचरटासारखे फाटे फोडू नकोस. मी ह्या ऑफिसात काम करण्यात

आत्मनस्तु कामाय । ४९

दोघांना मनस्ताप होता, वर्तकांना पेच माझ्याशी कसं वागावं...
–पण हे साहेबासारखं वागत...
–हेच न पटण्यासारखं आहे. साहेब साहेबासारखाच वागायला हवा. वर्तकांवर माझं वजन कशाला?
–वजन कसलं म्हणता?
–तुला कसं पटवू आता? हे राजीनाम्याचं उदाहरण घे. तो प्रथम वर्तकांकडेच गेला ना? त्यांनी तो पुढे पाठवावा किंवा परत पाठवावा. मधे भावना कशाला?
–तुमच्यासाठी–
–नो, तसं नाही. असं होतं तर त्यांनी माझ्या ऑफिसात नोकरी घ्यायचीच नाही.
–तुम्ही त्यांना हे मोकळेपणी सांगितलं असतं तर त्यांनी तेही मानलं असतं.
–इंपॉसिबल! आय ॲम द लास्ट मॅन टु ॲडव्हाइस लाइक दॅट. त्यांच्या उत्कर्षाच्या आड मी का यावं? त्यांनी काय करायचं हे त्यांनी ठरवलं आहे. मला जे करायचं आहे ते मी केलं आहे, करतो आहे. मी राजीनामा दिला ह्यात सगळं आलं. वर्तक कॅन स्टिल रीमेन विथ मी, ॲज अ फ्रेंड; नॉट ॲज अे बॉस.

–तुम्ही नक्की काय करायचं ठरवलं आहे?
–का?
–अगदी स्वस्थ आहात गेले सात-आठ दिवस म्हणून.
–स्वस्थ कुठाय? सारखं चलन-वलन चालू आहे. मी स्वस्थ आहे याचा अर्थ मला स्वास्थ्य आहे असं नाही.
–तसं नाही हो मी म्हणत. स्वास्थ्य मला तरी कुठाय?
–का? तुला काय झालंय?
–मला काही होणार नाही?
–तेच का? तुझा संबंधच नाही.
–वा! कमाल आहे.
–तसं नाही ग. नोकरी वगैरे प्रॉब्लेम्स् माझे आहेत. ते मी नक्की सोडवीन. तू नुसता सपोर्ट दे.
–म्हणजे नक्की काय करू?
–हा असा चेहरा वगैरे टाकून बसू नकोस.
–तुम्हाला काय जातं नुसतं सांगायला!
–का?
–आजुबाजूची माणसं चौकशी करतात. शेवटी सांगून टाकलं काल, दोन महिन्यांची

रजा घेतली म्हणून.
-कमाल केलीस. खोटं कशाला सांगायचं?
-उगीच. खरं तरी सांगायची काय गरज आहे?
-आणि दोन महिन्यात दुसरी नोकरी नाही मिळाली तर?
-सांगीन रजा वाढवली म्हणून.
-पुन: पुन्हा कोण विचारणार आहे तुला?
-त्याची तुम्हाला कल्पना नाही. स्वत:च्या नवऱ्यापेक्षा शेजारणीचा नवरा कामावर
रोज आणि वेळेवर जातो की नाही ह्याचीच बायकांना जास्त उठाठेव असते. पन्नासदा
विचारीत बसतील.
-म्हणून एकदा स्पष्ट सांगून टाकायचं; म्हणजे प्रश्न नाही.
-नोकरी सोडली हे सांगायची पाळी यायच्या आत तुम्हाला दुसरी नोकरी मिळाली की
मी सुटले.
-सुटले म्हणजे काय? नोकरी सोडणं हा काही गुन्हा नाही. काही लफडं वगैरे करून
नोकरी नाही सोडली मी. स्वाभिमान आहे म्हणून सोडली.
-त्याच्यावर विश्वास बसत नाही लोकांचा.
-लोक गेले ढगात! तुझा विश्वास आहे की नाही?
-त्याचा काय उपयोग?
-मला आहे, इतरांना नसेल.

-कसा काय झाला इंटरव्ह्यू?
-बेस्ट.
-काय काय विचारलं?
-जॉन्सन कंपनीत होतो, एवढं सांगितल्यावर पुढे काही विचारण्याची वेळच येत
नाही.
-अपॉइण्टमेण्ट लेटर मिळालं?
-नाही.
-पोस्टानं येणार आहे का?
-नाही. मी नकार दिला.
-का?
-त्यांनी पगाराची अपेक्षा विचारली. मी सांगितली.
-किती सांगितलेत?
-जॉन्सन कंपनीपेक्षा दोनशे रुपये जास्त सांगितले. ते म्हणाले, तेवढा पगार नोकरीवर

आत्मनस्तु कामाय । ५१

लागल्यावर सहा महिन्यांनी देऊ. मी सांगितलं की मग एकदम सहा महिन्यांनंतर येतो.
—कमाल केलीत. तुमचं असं कुणी ऐकणार आहे का?
—ऐकणारा भेटेल तेव्हा बघू. तोंड फिरवून घरात जायचं कारण नाही. बस इथं.
—मला आडवू नका. तुमचं माझं भांडण होईल.
—भांडायचं कारणच काय पण?
—ते तुम्हाला माहीत आहे.
—तू म्हणजे ग्रेट आहेस.
—आता ग्रेट काय? मला तुमचं कळत नाही. नोकरीची गरज आपल्याला आहे. आपण कसल्या अटी घालायच्या? मिळेल ती नोकरी पदरात पाडून घ्यायची.
—हेच मला पटत नाही आणि पटणार पण नाही. ते जाऊ दे. दुसरं काही तरी बोलू. मी इंटरव्ह्यूला गेल्यावर कुणी आलं होतं का?
—बाबा आले होते.
—अच्छा. माय ग्रेट मामंजी? काय म्हणताहेत!
—सुन्न होऊन बसले, तुमच्या नोकरीचं कळल्यावर.
—त्यांना लगेच सांगायची काय गरज होती?
—बाबा काही कुणी परके आहेत काय?
—तुझ्या-माझ्या दृष्टिकोनातून परकेच. तुझ्या-माझ्यात कुणीही येऊ शकत नाही. येता कामा नये.
—त्याला काही व्यक्तींचा अपवाद असायला हरकत नाही.

—तुम्ही ह्या पद्धतीनं किती नोकऱ्या नाकारणार आहात?
—माझ्या मनासारखी मिळेपर्यंत सगळ्या.
—हा निव्वळ दुरभिमान आहे.
—मुळीच नाही. स्वतःच्या कर्तृत्वावरचा हा ठाम विश्वास आहे.
—काय होणार आहे काही कळत नाही. शंतनू पाचगणीहून उद्या येणार. त्याला काय सांगायचं त्याची तयारी ठेवा म्हणजे झालं.
—पुनः तेच. मी काय अफरातफर केली, का लाच खाल्ली, मला काही कळत नाही.
—तुमचं पुनः पुनः तेच. गेले दहा महिने मला जाता-येता तेच ऐकवताय. थोडा व्यवहार, थोडी रीत, आजुबाजूची परिस्थिती पाहाल की नाही? महागाई वाढते आहे. खर्च अवाढव्य चाललाय, शंतनूला पाचगणीत ठेवायलासुद्धा परवडेल की नाही ते पाहायला हवं. पण हा विषय काढायची चोरी घरात. लगेच राख घालायची डोक्यात.
—बाईसाहेब, उगीच रडायचं कारण नाही. तुमच्या नवऱ्यानं बांगड्या भरल्या नाहीत की

एखादा अपघात होऊन तो लुळापांगळा झालेला नाही. मुकाट्यानं गप्प बस.

–काय आहेत का जावईबुवा?

–कोण, बाबासाहेब, या या.

–हां हां, पंखा वगैरे लावू नका. काही आवश्यकता वाटत नाही. इंदू आहे का?

–आहे ना. इंदू, बाबासाहेब आले आहेत.

–हो, आले.

–अरे, तुझी प्रकृती बरी नाही की काय?

–हां, थोडीशी नरम आहे. डॉक्टरकडे जा म्हणून म्हणालोय तिला.

–ह्या बायका नुसत्या जा म्हणून जात नाहीत. त्यांना न्यावं लागतं.

–घेऊन जाऊ आज.

–बाबा, तशी मी चांगली आहे. मला काहीच झालेलं नाही.

–तोंडानं सांगून काय उपयोग? तुझा चेहराच सांगतोय खरं काय ते.

–बाबा, तुमची शपथ. मी खरंच चांगली आहे.

–रडली-बिडलीस की काय?

–नाही.

–नाही म्हणतेस आणि मान फिरवतेस? काय जावईबुवा, भांडण वगैरे झालं की काय?

–छे हो! घरोघरी त्याच परी. भांडणाखेरीज संसाराची लज्जत कशी वाढायची?

–मग ठीक आहे. लज्जत वाढविण्यासाठी भांडत असाल तर दिवसातून दोनदा भांडा.

–बाबासाहेब, तुमच्या इंदूला हे जरा समजावून सांगा.

–का?

–बायकोनं जर महिनोन्महिने अबोला धरला तर रोज कसं भांडणार?

–खरं आहे. पण काय हो, विचारू का एक?

–विचारा ना?

–महिनोन्महिने अबोला धरावा असं काही घडलं का?

–माझ्या दृष्टीनं काहीच नाही.

–का हो, थापा का मारता?

–बाबासाहेब, तुमची इंदू बोलली.

–इंदू, असं एकदम तोडून बोलू नये.

–बाबा, असह्य झालं म्हणून बोलले.

–त्याशिवाय बाबासाहेब, आता तुम्ही इथं आहात ना, म्हणून इंदू ओरडली. एरव्ही कधी ओरडत नाही.

–जाऊ दे, जाऊ दे. इंदू, डोळे पूस–जावईबुवा ऐका जरा. चांगली बातमी आणली

आहे मी.

–मी ऐकतोच आहे.

–इंदू तुझ्यासाठी नोकरी आणली आहे मी. अगदी उद्यापासून तू कामावर जाऊ शकतेस.

–खरंच बाबा...

–इंदू, हे नोकरी प्रकरण काय आहे?

–मी सांगतो.

–बाबासाहेब, आपण नका सांगू, इंदू सांगेल.

–मी बाबांना माझ्यासाठी नोकरी पाहायला सांगितली होती.

–का?

–त्याचं कारण तुम्हाला माहीत आहे.

–त्यापूर्वी माझी परवानगी...

–ती मिळणार नाही हे मला माहीत होतं.

–म्हणून हा परस्पर व्यवहार...

–जावईबुवा, इंदूनं काही कुणा तिऱ्हाइताला सांगितलं नव्हतं. परस्पर व्यवहार जरी झालेला असला तरी तो घरातल्या घरातच झालाय्.

–पण का? मी काही बांगड्या भरल्या नाहीत की तिला आता मी पोसू शकत नाही अशी परिस्थिती आलेली नाही.

–मान्य आहे. तशी परिस्थिती येऊ नये आणि येणार पण नाही. तरीसुद्धा, काळ कठीण आलाय्. पूर्वीचे दिवस राहिलेले नाहीत. शिक्षण मिळवलेल्या प्रत्येक व्यक्तीनं स्वतःच्या पायावर उभं राह्यला शिकलं पाहिजे.

–बाबासाहेब, ह्याचा अर्थ मी काय समजायचा?

–काहीही समजा.

–इंदूनं नोकरी केलेली मला आवडणार नाही.

–मग तुम्ही लवकर नोकरी मिळवा ना.

–इंदू, तू आता मध्ये येऊ नकोस. जावईबुवा, माझं म्हाताऱ्या माणसांचं थोडं ऐका. आता येईल ती नोकरी स्वीकारा, पगाराचा अट्टाहास धरू नका. तो आपोआप वाढेल. तुम्हीसुद्धा ह्या तऱ्हेनं किती दिवस थांबणार आहात?

–बँकेतला शेवटचा रुपया संपेपर्यंत.

–अहो, संचित द्रव्य संपायचंच् केव्हा तरी. त्यात काय अर्थ आहे?

–मला ते पटणार नाही. इंदूला सुखात ठेवली म्हणजे झालं ना?

–काही दिवस ठेवाल. नंतर?– पुंजी संपल्यावर?

–बाबासाहेब, माझ्या सहनशक्तीचा अंत पाहू नका. मी जे काय ठरवलं आहे ते मला

५४ । संवादिनी

करू द्या.
–तेवढंच स्वातंत्र्य इंदूलाही मिळायला हवं. मुलींना शिक्षण काय उगीच दिलं की काय आम्ही? गरज पडली तर स्वत:पुरतं, स्वत:च्या पायावर त्यांना उभं राहता आलं पाहिजे.
–असं असेल तर तिला माहेरी घेऊन जा; आणि मग तिला नोकरी करू दे. ह्या घरात आहे तोपर्यंत तिला नोकरी करता येणार नाही.
–बाबा, मी तुम्हाला म्हणाले होते, की तुम्ही तुमचा अपमान करून घेऊ नका म्हणून.
–पोरी, केवळ तुझ्यासाठी जीव तुटतो.

–हं ह्या महिन्याचा पगार.
–इतका?
–होय. जॉन्सन कंपनीपेक्षा इथे दोनशे रुपये जास्त पगार ठरलाय. तेव्हा हे नऊशे रुपये घरखर्चासाठी. दोनशे रुपये मी माझ्यासाठी ठेवलेत आणि...
–अहो पण...
–माझं बोलणं अजून संपलेलं नाही. दोनशे रुपये मला सहज लागतील; कारण पुष्कळसे खर्च मला बाहेरच भागवावे लागतील. आजपासून तुझ-माझं नातं संपलं. लोकापवादाला जागा ठेवायची नाही म्हणून केवळ मी घर सोडणार नाही. पण माझ्यापुरतं ह्या वास्तूतलं घरपण मला संपलं.

–काकी, अहो काकी, किती वेळ हॉर्न वाजवतोय.
–कोण वर्तक?– छान! मला काय कल्पना, माझ्यासाठी कुणी हॉर्न वाजवत असेल म्हणून.
–आई, मला एकदा शंका आली बरं का.
–हे कोण, चिरंजीव वाटतं?
–अहो, हा आमचा शंतनू.
–म्हणजे पाचगणीला होता तो...
–हाच.
–आता कुठं चालली मायलेकरं?
–देवळात.
–बसा गाडीत. तुम्हाला सोडतो देवळात. शंतनूराव, तुम्ही पुढे या. काकी बसतील मागे.
–वा काका, ड्रायव्हिंग छान करताय.

आत्मनस्तु कामाय । ५५

–वर्तक, जरा सावकाश. आम्हाला देवळात जायचंय.
–काका, असेच चला हो. मला फास्ट ड्रायव्हिंग आवडतं. काका, यू आर ग्रेट.
–थँक यू, बरं काकी, आमचे नार्वेकर काका काय म्हणतात!
–...
–शंतनू, आई बोलत नाही तुझी?
–वर्तककाका, एक सांगू तुम्हाला?–आई, सांगू?
–सांग. वर्तक आपलेच आहेत.
–आईशी गेल्या पाच वर्षात बाबा एक अक्षर बोललेले नाहीत.

–नार्वेकर, मला बोलण्याचा अधिकार नाही, पण हा काकींशी अबोला का, एवढं मला सांगाल का?
–जरूर सांगेन. आणि वर्तक, केवळ तुम्हालाच सांगेन. आमचं नोकरीप्रकरण तुम्हाला माहीत आहेच.
–चांगलंच. थोडाफार मीच त्याला–
–डोंट मेन्शन इट. द मॅटर इज व्हेरी ओल्ड. आता त्याला महत्त्व नाही. त्यानंतर मी तेरा महिने बेकार होतो. तेरा महिन्यांनंतर मला माझ्या अपेक्षेप्रमाणे नोकरी मिळाली. पण त्या बेकार परिस्थितीत वर्तक, मी खूप काही शिकलो.
–काय झालं असं?
–इंदू माझ्याशी फार वाईट वागली. वाईट म्हणजे तिच्या दृष्टीनं योग्य असेल. पण सहचारिणीबद्दलच्या माझ्या सर्व कल्पना– अपेक्षांना तडा गेला. संकटाच्या केवळ चाहुलीनं ही एवढी बिथरली! प्रत्यक्ष संकटात हिनं मग काय केलं असतं? अर्थात तिची चूक नाही त्यात. वैभवाची तिला चटक लागली. स्वास्थ्य हाडीमाशी नव्हे, तर रक्तात भिनलं. ऐश्वर्यातदेखील, अलिप्तपणानं राहून ते उपभोगावं ह्याची शिकवण कुणी दिली नाही. मी नाही, आणि तिच्या वडिलांनी तर नाहीच नाही. बाबासाहेबांचं पण नवल वाटतं मला. लग्न झाल्यापासून त्यांच्या मुलीला वैभवात लोळवली तेव्हा ते गृहस्थ सांगायला नाही आले की, एवढ्या सुबत्तेची आमच्या इंदूला सवय नाही म्हणून. जीव तुटला, तो केवळ पोरीसाठीच.
–नार्वेकर, तसं सगळीकडेच असतं. सासऱ्याला जावयाचा पुळका का यावा?
–इथं कुणाला हवाय? आय डोंट एक्स्पेक्ट. दावा फक्त इंदूशी आहे. मला तिची साथ हवी होती.
–काकींनी नक्की काय करायला हवं होतं?
–मला फक्त मॉरल सपोर्ट हवा होता. इंदू जर असं म्हणाली असती, की, वेळ पडली

५६ । संवादिनी

तर मी नोकरी करीन, पण तुम्ही कमी पगाराची नोकरी करू नका; तर मी समजू शकलो असतो. पण तसं घडलं नाही. स्वत:च्या पायावर उभं राहता यावं म्हणून ती नोकरी शोधीत होती. ह्याचा अर्थ तिला केवळ स्वत:चा बचाव अभिप्रेत होता.

–नार्वेकर, तुम्ही फार बिथरलात एकाएकी, असं नाही का तुम्हाला वाटत?

–वर्तक, बर्फ हा नेहमी नऊ दशांश पाण्याखाली असतो आणि एक दशांशच वर दिसत राहतो. संसारातल्या अडचणी, मानापमान आणि दु:खं पण तशीच असतात. नऊ दशांश न सांगता येण्यासारखी. सांगितली तर खोटी वाटणारी. एक दशांश न सांगता दिसणारी, किंवा सांगितली तर लगेच पटणारी! एखाद्या बाईच्या प्रेमात पडण्याचा एखादाच क्षण असतो. तसाच उबग येण्याचा क्षणही एखादा असतो; मी एक नाही, दोन नाही, अकरा महिने घरातलं वातावरण पाह्यलं. इंदूची प्रत्येक हालचाल, प्रत्येक विचार पाह्यला– ऐकला. माझी मग खात्री पटली, पत्नी पतीवर प्रेम करते हा भ्रम आहे हे पटलं. शेवटी, 'आत्मनस्तु कामाय सर्वं प्रियं भवति' ह्याचाच प्रत्यय आला. इंदूला नवऱ्याचा अभिमान नव्हता, परिस्थितीचा होता.

–पण नार्वेकर...

–सॉरी वर्तक, मी जास्त नाही सांगू शकत. यू आर मॅरीड, तेव्हा तुम्हाला आता सांगायला हरकत नाही. बेकारीच्या त्या काळात मी शारीरिक सुखालासुद्धा अपात्र समजलो गेलो, ह्यावर काय म्हणाल?... त्या क्षणी ठरवलं की आता पति-पत्नी नातं संपलं. आता फक्त लोकरीतीला मान द्यायचा. सुख बघायचं नाही. स्टेटस संभाळायचं, कातडीवरच्या घावांची तमा बाळगायची नाही, फक्त कपड्यांची इस्त्री सांभाळायची.

■

निरंजन, मला उत्तर हवंय

–किती शांत वाटतंय इथं. इतकी वर्ष इथं न येण्यात मोठी चूकच केली.
–हेच तर गेली चार वर्ष सांगत होतो.
–दारावरच्या बेलचा आवाज नाही. फोनचा खणखणाट नाही. भरमसाठ पाहुण्यांची 'जा-ये' नाही. तुमच्या मिटिंग्ज, दौऱ्याची तयारी... छे, छे! त्या धावपळीचं वर्णन करता येणार नाही. माथेरान म्हणजे असा काही प्रकार असेल असं वाटलं नव्हतं.
–हो ना? अगोदर मला शाबसकी दे.
–ही घ्या.
–अशी लांबून का म्हणून?– वेडे, हे माथेरान आहे. पेडर रोडवरचा आपला फ्लॅट नाही. इथं आपण एकटे आहोत.
–बरं बरं, ही घ्या शाबसकी.
–अगदीच बुवा तू अळणी, अरसिक. नवरा-बायकोनं एकांतात असताना एकमेकांना शाबासकी अशी द्यायची असते काय?
–ऊं-मी नाही जवळ यायची. सिगारेटचा वास...
–मधू, माथेरानला आल्यापासून एकही सिगारेट ओढली नाही हं. आता मुंबईची गोष्ट निराळी आहे. राणीसाहेबांची मुलाखतच होत नाही...
–त्यालाही राणीसाहेबांचा बिझीनेस जबाबदार ना?
–मधू, प्लीज रागवायचं नाही. माझी वाट पाहून पाहून ताटकळून जातेस, उपाशीपोटी झोपतेस, हे सगळं मला कळत का नाही? आपला व्यवसायच तसा, त्याला काय करू?
–हे कायम असंच चालायचं ना?
–थोडं बस्तान बसलं की धावपळ कमी होईल.
–श्रीधर...
–बोल ना.
–एकदम ऐकरी नावच आलं तोंडात.

५८ । संवादिनी

–येईना का. ऐकायला गोड वाटलं फार.

–पण...

–सांगितलं ना, हे माथेरान आहे म्हणून. आपण दोघंच आहोत इथं. काय बोलणार होतीस?

–ह्या क्षणी मी फार फार सुखात आहे. आनंद झाला म्हणजे सिनेमातली हिरॉइन नाचायला लागते. गात सुटते. मला ते फार कृत्रिम वाटायचं इतके दिवस. मला मात्र आत्ता सगळं तसंच करावंसं वाटतंय.

–मग गा, नाच. मीसुद्धा सिनेमातल्या हिरोप्रमाणे झाडांना मिठ्या मारीत पळायला कमी करणार नाही. हे सुटलेलं पोट आता जरा मधे मधे येईल. पण.

–श्रीधर, चेष्टा नाही. खरंच मी फार सुखी आहे ह्या क्षणी. अगदी तृप्त आहे. 'माझी न दृष्ट लागो माझ्याच वैभवाला.' असं अगदी म्हणावंसं वाटतंय. का? एकदम गंभीर का झालात एकाएकी?

–गंभीर? छे! गंभीर कुठे! मजेत आहे. सृष्टीसौंदर्य पाहातोय. तुझा आनंद पाहतोय.

–मुळीच नाही. तुमचा चेहराच सांगतोय. काही लपवायचं नाही माझ्यापासून सांगा. सगळं सांगा मनातलं.

–तू आता इतक्या प्रसन्न मनस्थितीत आहेस की, कोणताही अप्रिय विषय ह्या मस्त हवेत, धुंद वातावरणात काढू नये असं वाटतं.

–ह्याचा अर्थ तुमच्या मनात काहीतरी खटकतंय. ते अप्रिय आहे, ह्याचीही तुम्हाला जाणीव...

–येस. इट इज सो.

–मग सांगायलाच हवं.

–सांगीन केव्हातरी.

–उं हूं– आत्ताच.

–तू काढून घेतल्याशिवाय गप्प बसायची नाहीस, हे मला माहीत आहे.

–म्हणूनच तुम्ही ताणू नका.

–तू अगदी खरोखर तृप्त आहेस?

–तुमची शपथ.

–तुमची?

–बरं, तुझी शपथ.

–तृप्त म्हणजे किती?

–त्याला मोजमाप लावता येणार नाही. पण उदाहरणानं जर पटवायचं असलं तर, ज्या दिवशी लग्नानंतर मी प्रथम आपल्या पेडर रोडवरच्या घरात प्रवेश केला त्या दिवसाचं उदाहरण देता येईल. दूरवर समुद्र दिसत होता. आपण बेडरूममध्ये हातात

निरंजन, मला उत्तर हवंय । ५९

हात गुंफून नुसते पडलो होतो. शब्दाचं काम स्पर्श करीत होता. खोलीत चांदणं घुसलं होतं तेही त्या एकांतात मला आडदांड वाटलं. पण त्याला हाकलून द्यावं असंही वाटलं नाही. त्याचा तो धीटपणा मला आवडला. तुझ्या स्पर्शासारखंच चांदणं मला धीट वाटलं. ती किमया मला उलगडत नव्हती. खरं तर त्या पहिल्या रात्रीनं घातलेला उखाणा अजून सुटलेलाच नाही.

–कसला उखाणा? मला सांग. मी सोडवतो.

–तुलाही सुटायचा नाही तो. कुणालाच सुटायचा नाही. आणि तो न सुटण्यातच मोठं काव्य आहे. काही काही उखाणे सोडवायचे नसतात. फुलांना वास का येतो, कसा येतो हे विचारायचं नसतं. इंद्रधनुष्याच्या रंगाचं पृथ:करण करायचं नसतं. मातीशी आपलं नातं काय हे शोधायचं नसतं. तसाच तो पहिल्या रात्रीनं घातलेला उखाणा.

–सोडवत नाही, पण सांगशील तर खरं.

–कसा सांगावा, तेही कळत नाही. पण सारखं मनात येतं, मी कोण, तुम्ही कोण, कुठले– काही काही माहीत नव्हतं. वीसबावीस वर्षांच्या पूर्वीच्या आयुष्यात दिसला नाहीत, बोलला नाहीत पण–

–पण काय?

–त्या पहिल्या रात्री मात्र वाटलं, आपण एकमेकांचेच आहोत. कोण म्हणतं, मी तुला अगोदर पाह्यलं नाही, तुझ्याशी बोलले नाही? खोटं आहे सगळं. काही परकं वाटलं नाही– संकोच कसा वाटला नाही? तो पलंग, ती बेडरूम, ती रात्र, ते चांदणं, तो स्पर्श सगळं सगळं माझंच होतं. माझं मला मिळालं असं वाटलं. ते तसं नक्की कोणत्या क्षणी वाटलं ते सांग, हा त्या रात्रीनं विचारलेला उखाणा. तो क्षण सापडत नाही. आणि सापडत नाही तरी मी अपूर्ण राह्यलेली नाही. पूर्ण आहे, तृप्त आहे.

–ह्या क्षणी पण तृप्त आहेस?

–हो.

–पहिल्या रात्रीइतकी?

–तितकीच.

–पटत नाही.

–तुम्हाला नाहीच पटायचं. तुम्ही मला किती सौख्य दिलंत...

–इथंच थांब.

–का?–

–मी तुला जे द्यायला हवं होतं ते अजून दिलं नाही.

–त्याची आठवण आत्ता...

–का काढायची नाही?

–गरज नाही म्हणून.

६० । संवादिनी

–मधू, लेट अस स्टॉप हिअर. ही फसवणूक आता थांबायला हवी.

–फसवणूक कोण म्हणतं?

–मी.

–तू वेडा आहेस.

–तुझ्याइतका नाही.

–असं काय तू करतोस आज? असं काही बोलायचं नाही.

–बरं नाही बोलत.

–गप्पही बसायचं नाही.

–मग काय करू?

–तू काही तरी बोल.

–काय?

–ह्या वातावरणात एखादी मस्त गोष्ट सांग.

–रामायणातली आख्यायिका चालेल?

–चालेल.

–दशरथ पुत्रवियोगाने गेला. भरत राजधानीत परतला. त्याला हे वृत्त कसं सांगावं, मोठा प्रश्न पडला. मग सुमंतानं एक योजना आखली. तो त्याला एका महाली घेऊन गेला, रघुवंशातल्या दिवंगत पूर्वजांची, पुरुषभर उंचीची तैलचित्रं त्या महालात लावलेली होती. एकेका चित्रापाशी जाऊन सुमंत त्या त्या महापुरुषांच्या मोठेपणाच्या हकीकती भरताला सांगू लागला. त्या चित्राच्या मालिकेतील शेवटचं चित्र दशरथाचं होतं. तिथपर्यंत सुमंत जात होता पण ते चित्र टाळून दुसऱ्याच चित्राबाबत तो नव्यानं प्रारंभ करीत होता. ह्या महालात खुद्द दशरथमहाराजांचं चित्र पाहून भरत बुचकळ्यात पडला होता. भरतही त्या चित्राकडे न वळता इतर पूर्वजांबद्दलच वारंवार विचारीत होता. खुद्द वडिलांबद्दलची ती वार्ता त्यालाही शक्यतो उशीरा ऐकायची होती... कशी आहे कथा?

–अप्रतिम आहे. फक्त एकच समजलं नाही.

–काय?

–नेमकी हीच कथा तुम्ही आत्ता का सांगावीत?

–आपण तसंच करीत आहोत.

–काय?

–भरताच्या बाबतीत प्रश्न वडिलांचा होता. आपल्या बाबतीत मुलाचा आहे. मुलाचा विषय टाळून आपण अवांतर बोलत जायलाच हवं.

–श्रीधर, प्लीज...

–मधू, एवढं का घाबरायचं पण त्या विषयाला?

निरंजन, मला उत्तर हवंय । ६१

–भिण्याचा प्रश्न नाही.
–मग?
–तो प्रश्न सुटणार नाही हे दोघांनाही माहीत आहे. निराळं काय बोलायचं आता?
–आज निराळंच बोलायचं आहे. निराळं आणि चांगलं.
–तुम्ही फार आशावादी आहात. या विषयावर आता चांगलं काय असू शकणार?
–जग झपाट्यानं बदलतंय मधू.
–फक्त आपली परिस्थिती सोडून.
–तीही आता बदलणार आहे.
–कशी?
–नाना तऱ्हेचे उपचार– उपाय आहेत. आपण फक्त मन घट्ट करायचं.
–श्रीधर, घटस्फोट वगैरेची भाषा...
–मधू, फार घाई केलीस बोलायची. तुला सोडून मी क्षणभर जगू शकणार नाही हे तुलाही माहीत आहे.
–आय ॲम सॉरी श्रीधर.
–डोंट मेन्शन.
–काय सांगणार होतास?
–टेस्ट ट्यूब बेबी.
–श्रीधर–
–एवढं दचकायला काय झालं?
–मला ती कल्पना सहन व्हायची नाही.
–का?
–ह्या 'का'चं उत्तर एवढं सोपं नाही, श्रीधर.
–का पण?
–मला मूल हवंय. पण ते तुमच्याकडून हवंय.
–मला नकोय का तसं? पण ते होणार नाही म्हणून तर हा मार्ग.
–कुणाचं असेल, कसं निपजेल–
–त्याची काळजीच करायची नाही. ते सगळं अत्यंत कॉन्फिडेन्शीयल असतं. चांगल्या घराण्यातलं, निरोगी व्यक्तीचं–
–श्रीधर, प्लीज वेट. आय कांट बेअर इट. इटस व्हेरी क्रूड. सगळी विटंबना वाटते. पवित्र वाटत नाही.
–मधू, हेच एक्झॅक्टली विसरायचं. आपण सुशिक्षित आहोत. बुद्धिमान आहोत. तसंच बुद्धिवादी पण बनायला हवं. हे जे नानाविध शास्त्रीय, वैद्यकीय शोध लागताहेत ते मानवी जीवन समृद्ध करण्यासाठी लागत आहेत. या नव्या युगाचा आपण डोळसपणानं

६२ । संवादिनी

स्वीकार करायला हवा. सध्याच्या युगातले हे कल्पवृक्ष आहेत.
–मला वाटतं...
–का?
–आपण आहोत तेच फार सुखी आहोत.
–मुळीच नाही मधू. तू फार भावनेच्या आहारी जाऊन बोलते आहेस; आणि ते स्वाभाविकही आहे. मला लगेच निर्णय नाही दिलास तरी चालेल, पण ह्या इथल्या वास्तव्यात विचार कर. हेच सगळं सांगण्यासाठी मी तुला इथं आणली.
–श्रीधर–
–अं हं, डोळ्यांतून पाणी काढायचं नाही. आपण फार फार चांगल्या विषयावर बोलत आहोत. माझं ऐक. ह्या एकाच बाबतीत ऐक. घरात एकदा रांगती पावलं उमटली, काचेच्या वस्तू फुटायला लागल्या, खेळण्याचा पसारा पडायला लागला, गालिच्यावर रंगीबेरंगी नकाशे उठायला लागले, म्हणजे मधू, पहिल्या रात्रीनं घातलेला उखाणा आपोआप सुटेल.

–मला आता अगदी खरं खरं उत्तर हवंय.
–कशाचं?
–माझं नाटक कसं वाटलं?
–खरं तर शब्दच नाहीत. कालपासून आम्ही दोघं त्याच धुंदीत आहोत. अजून जमिनीला पाय लागलेले नाहीत.
–मी तर रात्रभर जागाच आहे. झोप नाही. तळमळत, प्रत्येक मिनिट मोजत मोजत रात्र घालविली नंतरची. असं वाटायला लागलं की, रात्री एक वाजता आणखी एक प्रयोग जाहीर करून रात्रभर नाटकच करावं पुन:!
–नवल आहे.
–कसलं?
–कालचा शंभरावा प्रयोग होता ना?
–हो.
–तरी अशी नव्यानं नशा चढते?
–नेहमी चढते असं नाही.
–मग?
–कालची गोष्ट निराळी होती. काल प्रयोगाला प्रारंभ होण्यापूर्वी शंभराव्या प्रयोगाचा कसलाही उत्साह नव्हता. मन उदास होतं. शरीर यंत्र बनलं होतं. किल्ली दिली की पळणारं. पडदा वर गेला आणि मग पहिल्या रांगेत, पहिल्या खुर्चीत इंद्रधनुष्य

निरंजन, मला उत्तर हवंय । ६३

पडलेलं दिसलं. मग माझा मी उरलो नाही. मी नाटकाचाही राह्यलो नाही. प्रेक्षकांचा नाही. समोर फक्त तू होतीस. फक्त तू. काल काय काय बडबडलो हेच कळलं नाही.

–खरंच?

–अगदी खरं. का हसलीस?

–अजून तसाच राह्यला आहेस म्हणून हसले. शब्दही तेच वापरलेस अगदी.

–तेच म्हणजे?

–कॉलेजच्या नाटकात मी प्रवेश केला, तेव्हा मला इंद्रधनुष्याची उपमा दिलीस.

–तुझ्या लक्षात आहे तर–

–फक्त तेवढंच. बाकी सगळं विसरले होते.

–माधुरी, एक विचारू?

–विचार की.

–गेल्या आठ-दहा वर्षांत तुला माझी एकदाही आठवण झाली नाही का ग?

–अगदी खरं सांगायचं निरंजन, तर नाही झाली.

–पहिल्या रात्री नवऱ्यानं हातात हात घेतला तेव्हा तर आठवलंच असेल की नाटकात निरंजननं अस्साच हात धरला होता म्हणून.

–तो भामिनीचा. माधुरीचा नव्हे.

–माधुरी...

–असा चेहरा टाकू नकोस. मला खोटं सांगता येत नाही. मी खरं खरं सांगते. थापा मारून मी तुझी वंचना का करावी?

–क्षणभर मला सौख्य व्हावं म्हणून.

–म्हणजे नाटकातल्या मेकअप्-पायी तुला खरा सम्राट झालो असं वाटतं का?

–काही काही भूमिका खऱ्या जीवनापासून दूर करता येत नाहीत. गेल्या दहा वर्षांत मी हजारोंनी भूमिका केल्या, पण माझ्यातला तो कॉलेजातला धैर्यधर जायलाच तयार नाही. प्राणांतिक उपोषणाला बसावं तसा तो ठाण मांडून बसलाय.

–माझं फार चुकलं म्हणायचं मग निरंजन.

–काय?

–मी त्या नाटकात कामच करायला नको होतं.

–मुळीच नाही. त्या आठवणींवर तर मी उभा आहे. नटसम्राट म्हणून नावारूपाला आलो. आज दुनिया माझ्यासमोर झुकली आहे. हृदयाच्या सिंहासनावर प्रेक्षकांनी मला कायम बसवलंय. पण ह्या सम्राटाचं सिंहासन रितं आहे, हे त्यांना माहीत नाही.

–निरंजन, असं कसं म्हणतोस? लग्न केलंस की नाही?

–राज्यकारभार चालवायला दिलाय म्हण. सिंहासन रिकामंच आहे. ह्या धैर्यधराची भामिनी तूच. तू पाठ फिरवलीस तरी भामिनी तूच.

६४ । संवादिनी

–नाटक संपलं त्याच दिवशी भामिनीही संपली. मेकअपचा रंग पुसला, अवतारही संपला.
–तुम्ही बायका अशाच असता. वरून लावलेले रंग तुम्ही वरच्यावर वागवू शकतो. वरच्यावर झटकू शकता. तुम्ही बायका कमळाच्या पानसारख्या असता. अंगाला काही चिकटू न देणाऱ्या. पुरुषाचं तसं नसतं. तोंडाला फासलेल्या रंगाचीच त्वचा कधी होते हे त्यालाही कळत नाही, तो रंग तेलानं जात नाही, साबणानं निघत नाही. ओरबाडून काढावा तेव्हा प्राण कासावीस होतात. मग कळतं की, रंग समजून आपण खरवडत होतो, ती कातडीच होती.
–निरंजन–
–आय ॲम सॉरी. फार बोललो. तू भामिनीच काय, पण पूर्वाश्रमीची माधुरी पण राह्यलेली नसशील.
–यू आर राईट.
–मिस्टरांनी नाव बदललं का लग्नात?
–बदललं नाही. सुधारलं.
–म्हणजे.
–ते म्हणाले 'तुझ्या नावात 'र' हे कठोर व्यंजन नकोच. त्याचाही भार असह्य वाटावा इतकी तू गोड आहेस.
–मग ते काय हाक मारतात?
–नुसतं मधू.
–मिस्टर रसिक आहेत, थँक गॉड.
–खरंच रसिक आहेत, म्हणून तर काल ते तुझ्या प्रेमात पडले.
–मलाही नवल वाटलं.
–कशाचं?
–आज लगेच ते मला जेवणाचं आमंत्रण देतील असं वाटलं नव्हतं.
–का?
–मी तुझा दोस्त म्हणून.
–त्यात काय झालं?
–माधुरी, असं आहे, की काही काही शब्द एकटे असले की गोड वाटतात. पण तसे दोन किंवा जास्त गोड शब्द एकत्र आले की त्यातली गोडी खतम.
–म्हणजे कसं?
–'बायको' याने मिसेस हे शब्द गोड आहेत. 'दोस्त' हा शब्दही 'मस्त' आहे. पण 'बायकोचा दोस्त' हे दोन शब्द एकत्र कसे वाटतात?
–तू आता बायकोचा दोस्त राहिलेला नाहीस. फॅमिली फ्रेंड झाला आहेस.

–थँक यू व्हेरी मच.

–ह्या औपचारिक शब्दांचीही गरज नाही. एखादा माणूस मनापासून पटला की, श्रीधर त्याला परका मानतच नाहीत. थांब हं जरा, फोन वाजतोय आलेच मी. बहुतेक श्रीधरचाच फोन असणार. कबूल केल्याप्रमाणे तू आला आहेस की नाहीस, ह्याची आता चौकशी करतील.

–माधुरी, आमच्या कंपनीचा मुक्काम उद्या हलणार.

–मला माहीत आहे ते.

–दौऱ्यातल्या गावांची यादी देतो आज. पत्र पाठवशील?

–नाही.

–म्हणजे पुन: तू मला विसरणार?

–तुला जर मी विसरले असते तर त्या दिवशी तुझं नाटक पाहताच आत भेटायला आले असते का?

–मग पत्र का पाठवणार नाहीस?

–पत्र पाठवलं म्हणजे काय होईल?

–मला स्वर्गप्राप्तीचा आनंद होईल!

–अजून तसा आनंद मिळायचा राहिलाय असं म्हणायचंय का तुला?

–नाही, नाही, मुळीच नाही. स्वप्नातही ज्या सौख्याची मी अपेक्षा केली नव्हती त्या वर्षावात मला चिंब केलंस. माझा महान गौरव केलास. कोणत्याही क्षणी आता मृत्यूनं झडप घातली तरी त्याचं दु:ख वाटणार नाही. तू भेटली नसतीस तर रिक्तहस्ते ह्या जगाचा निरोप घेतल्यासारखं झालं असतं.

–असं काही बोलायचं नाही. हजारो रसिकांना तू अजून हवा आहेस.

–आणि तुला?

–आता कायम तू माझ्याजवळ राहणार आहेस.

–आठवणींच्या साम्राज्यात.

–आणि प्रत्यक्ष ह्या वास्तूतही.

–कोड्यात नको बोलूस.

–खरंच सांगते.

–नीट सांग ना.

–आपल्या मीलनाची खूण माझ्या पोटात ह्या क्षणी वाढत आहे.

–माधुरी, काय सांगतेस?

–एवढा घाबरलास?

–माधुरी, पण–

–अरे, असं काय करतोस?

६६ । संवादिनी

–तू एवढ्या शांतपणे कसं विचारतेस?

–मला हे व्हायला हवं होतं.

–माधुरी...

–पुरुषासारखा पुरुष तू आणि असा कापतोस काय?

–तुला ही गोष्ट फार साधी वाटते का?

–एकदम.

–श्रीधरला काय सांगशील?

–काही सांगायची वेळ येणार नाही.

–तुला ऑलरेडी दिवस गेले होते का?

–नाही.

–मग.

–बस इथं, सांगते.

–सांग.

–असा जवळ बस.

–नको.

–का?

–आता काही निराळंच वाटतं. तुझा विश्वास बसायचा नाही. संकोच वाटतो.

–अजब आहेस.

–काहीही म्हण. आहे हा असा आहे.

–मीलन व्हावं म्हणून दहा वर्षं झुरलास.

–तेही खोटं नाही.

–एकांत मिळाला तेव्हा धुंदावला होतास, वेडापिसा झाला होतास. शक्य असतं तर बिअरसारखी त्या रात्री मला प्यायला असतास.

–तुला बिअर आठवली?

–तुझीच उपमा तुला सांगितली. नेहीम म्हणायचास तसं. गेल्या महिन्यात किती तरी वेळा मला ऐकवलेस ते शब्द आणि त्या रात्री तर मला खरंच वाटलं, तू मला पिऊन टाकणार म्हणून. त्या रात्रीचा निरंजन आणि आत्ताचा निरंजन एकच, हे सांगून खरं वाटायचं नाही. मला उचलून घेऊन ब्लॉकभर धिंगाणा घालशील असं वाटलं मला.

–माझी बायको असतीस तर तसं केलंही असतं.

–ह्याची तुला त्या क्षणी आठवण नाही झाली.

–नाही.

–का?

–त्या क्षणी मी होतो एक प्रियकर. तू प्रेयसी. मी चातक होतो, तू थेंब होतीस.

निरंजन, मला उत्तर हवंय । ६७

मीलनाच्या त्या क्षणाला फक्त मीलन समजतं. जिथून ती भावनेची ज्वाळा उफाळून येते, तिथं अंधार असतो. आणि मीलन संपलं की पुन: उरतो तो अंधारच.

–अजूनही अंधारच आहे?

–आता काजवे चमकतात.

–निरंजन, मोठा और आहेस बघ तू, तू धैर्यधर का लक्ष्मीधर?

–माधुरी, श्रीधरचं काय?

–मघाशीच सांगितलं काय ते. आणखीन स्पष्ट सांगू?

–सांग.

–श्रीधर मला मूल देऊ शकत नाहीत.

–माधुरी...

–होय. मला तळहातावर झेलणारा, माझ्याशिवाय क्षणभर जगू न शकणारा श्रीधर देवादिकांना हेवा वाटावा एवढं वैभव मला देऊ शकतो, फक्त माता होण्याचं सौख्य देऊ शकत नाही.

–म्हणून तू मुद्दाम...

–होय. कृत्रिम उपाय करून घेण्यापेक्षा...

–माधुरी...

–तो निर्णय आम्ही दोघांनी घेतला होता, म्हणजे आहे. आता ऑफिसची टूर संपवून श्रीधर उद्याच परत येतील. नंतर डॉक्टरची अपॉइंटमेंट पण घेतली आहे. एका ठराविक दिवशीच तो उपाय होऊ शकतो, ट्युब-बेबी म्हणतात. ते नाव ऐकलं असशील.

–आता तू काय करणार?

–त्या दिवशी डॉक्टरांकडे जाणार. त्यांना विश्वासात घेणार आणि उपाय केल्याचं नाटक करायला लावणार.

–आणि तू हे नाटक जन्मभर करणार?

–फक्त काही दिवस.

–नंतर श्रीधरला कॉन्फिडन्समध्ये घेणार?

–नाही

–मग काय करणार?

–तोंडाला लावलेला रंग कातडीचा बनतो असं तू म्हणाला होतास ना? छोट्या बाळाचे पाय इथे एकदा लागले की कोणतंच नाटक वाटणार नाही.

–पटत नाही.

–काय पटत नाही?

–श्रीधरशी घटस्फोट घेऊन माझ्याकडे पळून आली असतीस, तर तो जास्त प्रामाणिकपणा

६८ । संवादिनी

ठरला असता.
–आणि ही आता फसवणूक आहे, असं म्हणायचं आहे?
–होय.
–कृत्रिम उपाय ही नाही फसवणूक?
–नाही.
–तेच मला पटत नाही. ह्याच मार्गानं जर संतती प्राप्त करून घ्यायची तर मग आपल्यावर प्रेम करणाऱ्या माणसाचा तो पहिला अधिकार असावा.
–तरीही खटकतं.
–का?
–मॉरली.
–मानव सुखी व्हावा, ह्यासाठी नीति-अनीतिची कुंपणं आम्ही घातली. एखाद्या नव्या सुखाचा समावेश जीवनात व्हायचा असला तर कुंपणाच्या मर्यादा बदलायला हव्यात. ही कदाचित फसवणूक असेल. पण अनभिज्ञतेच्या दु:खापेक्षा ह्यातली वेदना सौम्य आहे.
–तरी माधुरी...
–जाऊ दे निरंजन, काही काही व्यथा पत्कराव्या लागतात. सांभाळाव्या लागतात. ह्या माझ्या कृतीनं श्रीधरपेक्षा जास्त ताण मलाच सहन करावा लागणार आहे. पण माझ्या श्रीधरसाठी मी तो सहन करणार आहे. आयुष्यभर त्यानं माझ्यासाठी इतकं केलंय की आता...
–पण–
–प्लीज फरगेट इट. नाटकात काम करतोस; निरनिराळ्या भूमिका वेषांसकट, रंगासकट पत्करतोसच ना?– तसंच आहे हे. माझा रंगमंच जरा मोठा आहे. त्यात अंक नाहीत. प्रवेश नाहीत. प्रॉम्प्टर नाही. पडदा पडणार तो एकदाच. नंतर मिळणाऱ्या टाळ्याही मालकीच्या नाहीत.

–कोण? निरंजन? तू?
–ओळखलंस? थँक्स.
–ये ना. बस ना मोकळेपणी.
–माझा अवतार पाह्यलास ना? तुझ्या त्या दिवाणखान्यात बसण्याची माझी पात्रता नाही. त्याची शान जाईल.
–तुला काय झालंय काय? सरळ बोलायचं नाही का?
–आयुष्य सरळ राहिलेलं नाही.

निरंजन, मला उत्तर हवंय । ६९

–बरं बाई, कुठंही बस, तुझं लक्षण ठीक दिसत नाही आज. एवढ्या वर्षांनी आलास पण उधळल्यासारखं बोलतो आहेस.
–पृथ्वीवर काय प्रलय झालाय त्याचा नंदनवनात पत्ता नसतोच.
–निरंजन, काय झालंय काय?
–तू माझ्याबद्दल काही म्हणजे काही वाचलं नाहीस? ऐकलं नाहीस?
–नाही.
–साहजिक आहे. तुझा कार्यभाग आटोपला, तेव्हा...
–निरंजन...
–तू ओरड आता. पण बोललो ते खोटं नव्हतं. हॉस्पिटलमध्ये रोज घटका मोजत होतो. साडेतीन महिन्यात एकदा तरी येशील असं वाटलं होतं.
–तू हे केव्हाचं सांगतोस?
–त्यालाही बरोब्बर तीन वर्षं झाली.
–मग बरोबर आहे. आम्ही सगळेच दोन वर्षं कॅनडाला गेलो होतो. त्या काळातलं इकडंच काहीच माहिती नव्हतं. इकडे परतल्यावर मात्र एखादं मस्त नाटक कधी पाहू असं आम्हा दोघांना झालं होतं. तुझ्या कंपनीची चौकशी केली, पण पत्ताच लागला नाही.
–मीच मरता मरता वाचलो, कंपनी वगैरे सगळं बंद करावं लागलं.
–का?
–भागीदारांनी स्वतःच्या तुंबड्या भरल्या. कलाकारांनी पोबारा केला. आता एकटा उरलोय.
–का? घरी–
–घर?
–हो. का?
–बायको माहेरी गेली ती गेलीच. नोकरी करून स्वतःचं, मुलांचं पोट भरते.
–काहीच कल्पना नाही.
–चलता है.
–इथं कधी आलास?
–आठवत नाही.
–म्हणजे काय?
–वणवा लागलाय म्हणून सांगितलंय ना? वणवा लागल्यावर कोणतं झाड आधी पेटलं ते सांग, असं कुणी म्हणालं तर काय उत्तर द्यायचं?
–शांत हो. चहा घेशील ना?
–जे काय देशील ते घेईन. पाहातेस काय? मी काही वाईट अर्थानं बोललो नाही.

तेवढी ताकद राह्यली नाही. पुन: दहा वर्षांनंतर मी येत आहे आज. आता तशा काही भावना उरल्या नाहीत. म्हणजे मी किती कफल्लक झालोय, हे लक्षात येईल तुझ्या. चहा दिलास तर चहा घेईन. जेवण दिलंस ते जेवीनही. श्रीधर– नाव बरोबर आहे ना?
–हो.
–त्याचे जुने कपडे दिलेस तर तेही घेईन.
–निरंजन, अशी घरं पडतील असं बोलू नकोस.
–मग काय करू सांग. मला वेडही लागत नाही.
–मला, सांग काय हवं असेल ते.
–मला पैसे देशील?
–जरूर देते. किती हवेत? पाचशे, सहाशे हजार– हसतोस काय असा मोठ्यांदा. मला भीती वाटते बघ. असा हसू नकोस.
–मग काय करू? दारिद्र्याचं पण हसं व्हायला लागलं.
–का?
–मला चाळीस हजाराचं कर्ज आहे. देतेस? फेडतेस?
–मी? मी एकटी?
–मग दुसरं कोण?
–चाळीस हजारांची सोय झाली तर पुन: कंपनी सुरू करशील?
–का?
–श्रीधर तुला तेवढी रक्कम देतील.
–अशक्य आहे. मलाच आता ती उमेद राह्यली नाही. मला आता पैसे हवेत ते बसून खायला हवेत.
–त्यासाठी श्रीधर तयार होतील असं वाटत नाही.
–तू दे.
–मी फार तर दोन-तीन हजार देऊ शकेन.
–त्यानं काय होणार? तुझ्याजवळ जास्त असताना तू एवढेच देतेस म्हणजे–
–माझ्याजवळ आहेत यात वाद नाही; पण मीही हिशोबानं ह्यांना बांधली गेली आहे.
–गुपचुप दे.
–कसं शक्य आहे?
–तुझ्या सारख्या स्त्रीला अशक्य नाही.
–शक्य असतं तर मी आढेवेढे घेतले नसते.
–ह्यापेक्षा जास्त भयंकर, वाईट, अनैतिक व्यवहार तू गुपचूपपणे केलेला आहेस.
–निरंजन...
–सॉरी. त्या मार्गानं जावं असं मला वाटणार नाही. पण सगळ्या वाटा कायम बंद

निरंजन, मला उत्तर हवंय । ७१

झाल्या तर तेवढा एकमेव मार्ग उरेल.
–तू काय करणार?
–पाळणा कसा हलला या घरात–
–निरंजन...
–अगदी नाइलाज आहे.
–तुझं माझ्यावर हेच का प्रेम...
–ते एकतर्फी कधीच असत नाही माधुरी. प्रेमाच्या प्रांतातही आपण राबवले गेलो, आपला एक इन्स्ट्रूमेंट म्हणून उपयोग केला गेला– ह्याची जाणीव झाली की प्रेम कसं राहील?
–निरंजन, तू काय बोलतोस हे?
–खरं तेच बोलतोय. नाटक संपलं, भामिनी संपली, मेकअप पुसला, अवतार संपला, हे जितक्या निर्विकारपणे तू मला दहा वर्षांपूर्वी सांगितलंस, तितक्याच निर्विकारपणे तू मला तुझा देह दिलास. एक सौदा केलास. व्यवहार साधला. माझ्याही दृष्टीनं तो सगळा आता व्यवहार उरलाय, दहा वर्षांपूर्वीचा हिशोब आज सव्याज वसूल करायला हरकत नाही.
–...
–पैसे न्यायला कधी येऊ?
–मुळीच येऊ नकोस.
–मग श्रीधरना भेटायला केव्हा येऊ?
–आज रात्रीही येऊ शकतोस.
–नक्की? का काही फेरविचार करायला अवधी...
–गरज नाही.
–विचार कर.
–केला.
–तुझं भवितव्य...
–ते तर कायम गहाणच पडणार आहे तुझ्याकडे.
–गहाणखत सोडवता येतं.
–चोरीच्या मामल्यात नाही.
–असंच काही नाही.
–तसंच आहे. आज पाच हजार दिले की काही दिवसांनी पुन: मागणी करशील. आणि एवढं करूनही त्या रकमेशी तू प्रामाणिक राहशील, असंही नाही. अगोदर पैसा घालवायचा आणि शेवटी संसार घालवायचा. त्यापेक्षा पैसा वाचवते. कायम डोक्यावर टांगती तलवार नको. तू ये, आणि लवकर ये.

–श्रीधरपंत, असा एकूण प्रकार आहे. इथपर्यंत मला गोष्टी आणायच्या नव्हत्या, पण नाइलाज झाला.
–ठीक आहे. ठीक आहे. तुम्ही सांगितलंत. पण हे सगळं खरं कशावरून निरंजन?
–आपण माधुरीला विचारू शकता.
–येस. यू आर राईट. बसा. मी आत्ताच तिला इथं बोलावतो. मधू...
–मी ऐकलं सगळं निरंजननं सांगितलेलं.
–बस इथं. मन शांत ठेव. मोकळेपणी जे खरं असेल ते सांग. निरंजननं सांगितलेलं खरं होतं का?
–होय श्रीधर.
–निरंजन, मी तुमचा फार फार आभारी आहे.
–श्रीधर!
–थांब मधू, मधे बोलू नकोस, मला आज फार आनंद झाला आहे. मधू, निरंजन. मी फार फार आनंदात आहे. निरंजन, ह्यापूर्वीच तुम्ही मला हे सांगायला हवं होतं. अर्थात् तुम्हाला तशी गरज निर्माण झाली नाही, म्हणून तुम्ही आला नाहीत. पण एनीहाऊ, तुम्ही मला विलक्षण ताणातून मुक्त केलंत.
–म्हणजे, मी नाही समजलो.
–सांगतो. दहा वर्षांपूर्वी टेस्ट ट्यूब बेबीच्या उपायाला मी तयार झालो तो माझ्या मधूसाठी. तो उपाय यशस्वी झाल्याचा दहा वर्षं आनंद होताच. तरीही हे बीज कुणाचं हा विषय डोक्यातून जातच नव्हता. ह्या ताणातून मी आज मोकळा झालो. आता कसं हलकं वाटतंय्. एका कलावंताचं रोप माझ्यासारख्या रसिकाच्या घरी वाढतंय् ह्याचा फार आनंद वाटतोय. हा पोरगा कुणाचा, हे जर समजलं नसतं तर कदाचित त्याचं व्यक्तिमत्त्व फुलवण्याच्या कामात मला अपयश आलं असतं. आता तसं व्हायचं नाही.
–श्रीधर, मला...
–थांब निरंजन, क्षमा वगैरे मागणार असलात तर इथंच थांबा. तुम्ही कदाचित फार काही अन्य हेतू मनात धरून आला असाल.
–श्रीधर, मी सांगते. मला ब्लॅकमेल करण्याकरता निरंजन आला होता.
–मधू, अशी उफाळू नकोस. थोडाफार तो अंदाज मी केला होता, पण तरीही मला त्याचं काही वाटलं नाही. निरंजनसारखा असामान्य कलाकार, कितीही हीन पातळीला जायचं म्हणाला तरी जाऊ शकणार नाही. निरंजन जे काही बोलला असेल, ती दानत नाही बोलली, तर दारिद्र्य बोललं. तर लेट अस् फरगेट इट.
–श्रीधरपंत...
–आय कॅन अंडरस्टँड निरंजन. असे एक्साइट होऊ नका. आता मी तुम्हाला एकच

निरंजन, मला उत्तर हवंय । ७३

गोष्ट सांगणार आहे. तुम्हाला काय हवंय ते आत्ता ठरवा. पैसा की आणखीन काही. लक्षात येत नसेल तर सांगतो. पैसे हवे असतील तर आकडा सांगा. खंत न बाळगता मी देईन. गेल्या दहा वर्षांत मधूला आणि मला फार सुखात ठेवलंत. मूल न होणं हे मलाही लांछनच होतं. तो डाग धुतला गेला आणि मधूच्या आयुष्याला अर्थ आला. जो मी कधीच देऊ शकलो नसतो. त्या सगळ्याचं मोल रुपयात करायला मी असमर्थ आहे. त्या सौख्याची किंमत तुमच्या सध्याच्या परिस्थितीइतकी होणार असली तर तो आकडा सांगा. मी एका रकमेनं तो आकडा पुरा करीन. तरीसुद्धा मला वाटतं निरंजन, तुम्ही मागितलं, आणि जेवढं मागितलं तेवढं मी जरी दिलं, तरी हा हिशोब आता पुरा नाही होऊ शकत.

–श्रीधर, श्रीधर, तू काय बोलतोस, किती चांगलं–किती शुद्ध–निष्कपटी–

–थांब मधू, कुणालाही लाजवायचं, हिणवायचं म्हणून बोलत नाही. जे आतून येतंय ते शब्दांत बांधतोय. त्याला फक्त धैर्य लागतं. पोटी असेल ते ओठी आणायला धाडस लागतं. तेवढं नसतं माझ्याजवळ ते आहे. अर्थात काही काहींना खुद्द स्वतःच्या मनाचीच मागणी कळत नाही त्याला काय करणार? तेव्हा निरंजन, तुम्हाला एक्झॅक्टली काय हवंय ते शोधा.

–मी गोंधळलोय श्रीधरपंत.

–'बाप' म्हणून, बापाला जी भूक असते ती मी किंवा मधू पुरी करू शकणार नाही. तुम्हाला 'बाप' म्हणून मुलाकडून जे हवं असेल ते फक्त आनंदाच देऊ शकेल. भविष्यकाळी तोही तुमच्यासारखा एक महान कलाकार होईल. एन्ट्रीलाच त्यानं कडाडून टाळी घेतली की, तुमच्यातल्या कलावंत बापाच्या डोळ्याचं पारणं फिटेल. त्या दिवसाला अर्थात अवकाश आहे. त्याची आपण सर्वांनी वाट पाहायला हवी. तो दिवस उगवायला खूप कालावधी आहे. तोपर्यंत आपण सर्वांनी जगायला हवं. तेव्हा निरंजन, जगायचं म्हणजे पैसा हवा. आय अंडरस्टँड. तुमची मागणी मोकळेपणी सांगा.

–श्रीधर, तुम्ही निघालात?

–हो, सांगायला विसरलोच. आनंदा गेलाय पिक्चरला. गाडी घेऊन न्यायला येतो असं मी त्याला कबूल केलंय. तेव्हा मी येतो. निरंजन, माझ्याशी बोलायला संकोच वाटत असेल तर माधुरीजवळ सांगा. मधू, ह्यांनी रक्कम सांगितल्याशिवाय ह्यांना सोडू नकोस, अच्छा.

–निरंजन, श्रीधर गेले. आता गप्प बसू नकोस. मला तुझी अपेक्षा सांग.

–...

–निरंजन, मला उत्तर हवंय.

उद्याचा दिवस

—भाई, अष्टमेश मंगळ, बाराव्या घरातून जातोय. तुम्हाला जपायला हवं.

—माझ्याकडे का पाहताय?

—मग कुणीकडं पाहायचं?— तू माझी बायको. मला जपायला हवं ही सूचना राजाभाऊंनी तुला दिली आहे. बघा, बघा राजाभाऊ, कसं हसण्यावारी नेते, पाहा.

—अहो पण...

—आता काही सांगू नकोस. पाहिलंत राजाभाऊ? घरातल्या माणसांनी जर गंभीर गोष्टींची अशी चेष्टा चालवली, तर आमचं रक्षण आम्हीच करायला हवं की नको?

—तुम्ही अगदी कमाल करताय हं. जपायला हवं असं हे म्हणतात, पण त्यांना आधी विचारा की कशापासून जपायचं, किती दिवस जपायला हवं. कशा तऱ्हेनं जपायला हवं. हे सगळं विचाराल की नाही?

—तू जर ह्याच तऱ्हेनं बोलणार असशील, तर मला तुझ्यापासून आधी जपलं पाहिजे.

—उत्तम. मला परवानगी द्या, की मी चालले.

—कुठं?

—अर्थात माहेरी.

—हेच पाहा राजाभाऊ, माझ्या जिवाला अपाय आहे असं तुम्ही सांगताय आणि ही निघाली माहेरी, बघून ठेवा.

—अहो पण भाई...

—मी कसा संसार केला असेन हे जाणून घ्या.

—खरंच हो, तुम्ही म्हणूनच टिकलात. कृष्णाची भक्ती करता ना? भक्तासाठी सारखा सुदर्शन घेऊन तुमच्या पाठीशी उभाच आहे, म्हणून निभाव लागला तुमचा.

—कुणी सांगावं? असेलही.

—मग तोच वाचवील आणि जपेल तुम्हाला.

—अहो पण ताई...

—राजा, तू मधे बोलू नकोस. ह्यांना बायकोची मुळीच गरज नाही. तो सुदर्शनधारी

उद्याचा दिवस । ७५

त्याच्या सोळा हजार एकशेआठ बायकांचा पहारा बसवील– आणि वाचवील ह्यांना.
–ताई, मी जातो.
–तुला असं आग लावून जाता येणार नाही. अगोदर चपला काढ पायातल्या. कुठं निघालास?
–आगीचा बंब आणायला.
–चावटपणा पुरे कर. भविष्य पुरतं सांग. मग जा.
–भाई, पत्रिकेपेक्षा माझा संख्याशास्त्राचा अभ्यास जास्त आहे.
–कशाचा आधार घेऊन सांगायचं ते तू ठरव, पण जे काय सांगायचं ते पुरतं सांग.
–ऑलराईट. ताई. उभ्या राहू नका. इथं बसा.
–इश्श, मी कशाला?
–ते नंतर सांगतो. आधी बसा.
–हं, बसले.
–आता एक आकडा धरा मनात.
–मी कशाला पण?
–माझी पद्धत इतरांपेक्षा वेगळी आहे म्हणून. समजा, भाईंना काही झालं तर त्यांच्याइतकाच परिणाम आणखी कुणाच्या जीवनावर होणार? तुमच्याच की नाही?
–ती जर माहेरी जाणार असेल, तर तिच्यावर काय परिणाम होणार?
–तुम्ही आता मधे बोलू नका. राजाभाऊला त्याचं काम करू दे.
–ठीक आहे. राजाभाऊ, चालू दे.
–ताई, कोणताही एक आकडा पटकन सांगा.
–सदतीस.
–भाई, तुम्ही स्वत:ला जपायचं म्हणजे वाहनांपासून जपायचं.
–असं मोघम सांगू नकोस. वाहनं अनेक आहेत. हातगाडीपासून जेट, सुपरसॉनिकपर्यंत सगळी वाहनंच आहेत. त्यातल्या नक्की कोणत्यापासून सावध राहायचं? चाकांची संख्या सांगा वाहनांच्या.
–काहीतरी बोलू नकोस ग. तुला सगळी चेष्टा वाटते काय?
–राजाभाऊ, तूच सांग, मी आत्ता ह्यांची काही चेष्टा केली का?
–चेष्टा नाही तर काय? मी हातगाडीवर पण बसणार नाही आणि जेटमध्ये पण नाही.
–असा शब्दश: अर्थ घेतात काय कुणी? कोणतंही वाहन दृष्टीआड होऊ नये म्हणून मी बोललो.
–वा वा, केवढा दूरविचार!– मग चंद्रावर जाणाऱ्या यानाचा नाही उल्लेख केलास तो? तेही वाहनच आहे.
–तेच, तेच. एखादी गोष्ट सांगायला गेलं की ती तुम्ही टांगायला नेता. म्हणूनच

७६ । संवादिनी

राजाभाऊंना मी म्हणाले, माझा काय संबंध म्हणून. मी आत जाते.

–ताई, बाहेर येऊ नका. आतूनच आणखी एक आकडा सांगा.
–अठ्ठावीस.
–काही तरी गफलत आहे. चारशे असा आकडा येतो.
–थांबा, पुन: एकदा हिशोब करतो.
–चार आकडा येतो.
–म्हणजे मोटार म्हणा की.
–जवळ जवळ तसंच.
–किती दिवस काळजी घ्यायला हवी?
–गुरू बदलला की झालं.
–अरे, आमच्या भाषेत सांग काय ते.
–आजपासून पंधरा दिवस काळजी घ्यायला हवी. रस्ता वगैरे क्रॉस करताना संभाळा म्हणजे झालं.
–कोणत्या तारखेपर्यंत म्हणालात?
–आजपासून पंधरा दिवस.
–म्हणजे-म्हणजे सत्तावीस तारखेपर्यंत म्हणा की.
–हो.
–सुमनला हीच तारीख दिली आहे.
–सुमन कोण?
–तिची एक कोणीतरी लांबची बहीण आहे; ती सारखी मधे मधे येत असते. तिची ती डिलिव्हरीची तारीख आहे.
–राजाभाऊ, तिला पंधरा वर्षांनंतर प्रथम दिवस...
–कबूल, पण प्रत्येक वेळी मॅडसारखा तिचा उल्लेख कशाला? इथं मला वाहनापासून किती दिवस जपायला हवं ते चाललंय; तर मधे सुमन कशाला?
–भाऊसाहेब, त्यांना आठवलं सहज तर बिघडलं काय?
–सहज आठवलं तर बिघडत नाही. ते सारखं आठवतंय. ते जाऊ दे. ह्या घरात हे असंच चालायचं. मला तू आता फक्त, मी मोटारपासून काळजी कशी घेऊ तेवढं सांग.
–त्यात काय विशेष? सत्तावीस तारखेपर्यंत रजा घ्यायची म्हणजे झालं.

–हा काय प्रकार आहे? भाई, तुम्ही आता घरी कसे?

उद्याचा दिवस । ७७

–त्या दिवशी त्यांनी माझी चेष्टा केली. पण मी बोलले त्याप्रमाणे सरळ रजा घेऊन घरी बसलेत.
–मी आत्ता जी रजा घेतली त्याचा ही सरळ सरळ असा अर्थ करून घेणार हे मी ओळखलंच होतं.
–मग मधेच का घेतलीत हो रजा? सांगा ना.
–आराम करण्याकरता; आणि पुष्कळ भटकण्याकरता. चिक्कार नाटकं पाहणार, सिनेमे पाहणार, रोज संध्याकाळी चौपाटीवर जाणार. पहाटे पण प्रभातफेरीला जाणार. का, तुला खिदळायला काय झालं?
–मी का हसते आहे ते राजाभाऊला कळलंय. आणि तुम्हाला पण समजलं आहे.
–आम्हाला समजलंय. पण म्हणूनच तू जो समज करून घेतला आहेस, तो निराधार आहे. राजाभाऊ, एवढ्याशा भविष्याला भिऊन मी असं काही करीन का?
–बरोबर आहे.
–एकमेक एकमेकांना सामील होऊ नका. राजाभाऊ, गेल्या दोन दिवसांत हे एकदाही खाली उतरले नाहीत. नाटक नाही, सिनेमा नाही, फार काय संध्याकाळची चौपाटी नाही. मॉर्निंग वॉक तर सोडाच, पण सकाळी केंद्रावरून दूध आणायला सांगितलं तर बिल्डिंगमधल्या तिघाचौघांना सोबत घेऊन गेले. वासूनाना तर सांगत होते आल्यावर, की म्हणे, दूधकेंद्रावरची मोटार आपोआप चालायला लागायची नाही ना, असं हे त्यांना विचारीत होते. रस्ता तर एखाद्या लहान मुलाप्रमाणे पळत पळत क्रॉस केला.
–राजाभाऊ, हिनं दिलेलं एवढं एकच उदाहरण पुरेसं आहे. माणसाची दृष्टीच एकदा बदलली, की साध्या प्रसंगातून ती स्वत:ला सोयीस्कर असलेला अर्थ कसा लावतात ते पाहा.
–सांगा, सांगा.
–दूधकेंद्रावर मी कधीच जात नाही. पण काल जावं लागलं. नाहीतर ही म्हणाली असती की रस्त्यावर जायची भीती वाटते म्हणून जात नाही. त्यासाठी मी खाली उतरलो. नंतर, राजाभाऊ ज्या दिवशी आपण भविष्यकथन केलंत, त्याच दिवशी पेपरला एक बातमी आली होती की आपोआप एक ट्रक सुरू झाला आणि क्लिनर ठार झाला. परवापासून कोणतीही उभी राह्यलेली मोटार पाह्यली की तसाच विचार मनात येतो. म्हणजे धोका फक्त मलाच नाही, तर कुणालाही संभवतो. त्या हेतूनं मी त्या मोटारबद्दल तसं बोललो. तीच गोष्ट रस्ता क्रॉस करतानाची. पहाटे साडेपाच-सहा वाजता कुठूनही मोटार येण्याची शक्यता नसताना मी रस्ता उगीच पळत पळत ओलांडीन का?
–मग का हो पळत सुटला होतात?
–जाऊ दे, मी कितीही खऱ्या गोष्टी सांगायच्या ठरवलं, तरी तुझा संशय काही दूर व्हायचा नाही. मग कशाला सांगू?

७८ । संवादिनी

–भाई, आता खरंच सांगा. पंधरा दिवस काय करणार आहात?

–मुंबईचा कंटाळा आला. वाटतं की एखाद्या खेडेगावी, मोकळ्या आणि शुद्ध हवेत जावं. तिथं फारशी माणसांची गर्दी नसेल...

–मोटारी नसतील.

–ताई, जाऊ दे हो. किती चेष्टा कराल?

–राजाभाऊ, आता अगदी खरं सांग, मला जर खरोखरच जायचं असलं, तर मी जावं का न जावं?

–जरूर जा. विचारायचं कारणच नाही.

–तसं नाही... पण.

–ताई, चाललात का मधेच?

–मी इथं आहे ह्याची ह्यांना अडचण होतेय.

–तू काहीतरी बोलू नकोस.

–मग अडखळताय का?

–जरा चहा हवा होता.

–सरळ जायला सांगा ना त्यापेक्षा...

–ताई, ताई...

–जाऊ दे रे राजाभाऊ. मला नकोच होती ती इथं. उगीच टिंगल करत बसते.

–भाई, तुम्हाला दोघांना पाह्यलं की वाटतं, शं. प. जोशींनी खडाष्टक नाटकाची कल्पना तुमच्यावरूनच घेतली असणार. तुम्ही कचाकचा भांडता, पण क्षणभर एकमेकांना सोडत नाही.

–ते राहू दे. मला एक सांग, खेडेगावी जायचं म्हणजे एकमेव वाहन मोटार तेव्हा...

–भाई कमाल केलीत.

–हळू बोला. मी आत आहे. पण तिचे कान फार तिखट आहेत.

–तुम्ही असं काय करता भाई?

–काय झालं?

–भाई, मी म्हणजे एखादा होरारत्न नव्हे. माझा शब्द म्हणजे वाचासिद्धी असलेला शब्द नव्हे. तुमची समजूत कशी घालू?

–ताई, मी भाईंना भविष्य सांगितलं ती एक फार मोठी चूक केली.

–तू सांगितलं नसतंस तरी आणखी कोणी तरी भेटला असताच.

–कशावरून?

–कशावरून काय? अरे इथं वारंवार अशा बैठकी असतात. चोवीस तास घरात तोच

उद्याचा दिवस । ७९

विषय असतो.

—मला ह्यापूर्वी कसं समजलं नाही?

—कारण तुला ह्या असल्या विषयात गम्य आहे ह्याचा परवापर्यंत त्यांना पत्ताच नव्हता.

—तरी माझं चुकलंच असं वाटतं.

—मुळीच नाही. त्यांनी त्यांच्या डायरीत काय लिहिलंय माहीत आहे?

—नाही.

—लोकसत्ता आणि महाराष्ट्र टाइम्सच्या भविष्याप्रमाणे, अपघातभय संभवतं. राजाभाऊला ज्योतिषात काही गती असेल असं वाटलं नव्हतं. पण नुसतीच गती नसून त्याचा अभ्यास पण आहे. त्यानं पण जपायला सांगितलं आहे. त्याशिवाय होरारत्न पुंडलीकशास्त्री, आणि ऑफिसातील वैद्यांनी पण असेच इशारे दिलेले आहेत. आता काय म्हणशील ह्याला?

—कठीण आहे.

—त्याशिवाय हा गठ्ठा ज्योतिषावरच्या पुस्तकांचा.

—अरे वा, भाईंशी एकदा चर्चा केली पाह्यजे. त्यांची मतं विचारायला हवीत.

—राजाभाऊ, अरे तूही कमाल करतोस. त्यांना त्यांची मतं काय विचारतोस? त्यांनी ही सगळी पुस्तकं, पंचांगं नुसती जमवली आहेत. माझ्या आठवणीत त्यातली एक ओळ तरी त्यांनी वाचली असेल की नसेल, ह्याची मला शंका आहे. ते आव आणून बोलतात, पण अतिशय भित्रे आहेत ते. उगीच आपला वादविवाद वाढतो म्हणून त्यांच्या समोर बोलत नाही मी.

—खरं सांगता?

—अगदी खरं. आता परवा तू संख्याशास्त्राचं काही काही सांगितलंस ना, आता ती पुस्तकं घरात येऊन पडतील. त्यानंतर महिन्या दोन महिन्यानंतर तू सहज पुस्तकांबाबत विचार. त्यातलं एकही पुस्तक त्यांनी वाचलेलं नसेल.

—मग पुस्तकं जमवतात कशाला?

—अभ्यास करणार आहे म्हणून म्हणतात; उगीच कुणी खोटं सांगून फसवू नये एवढ्यासाठी शिकायचं म्हणतात. पण काही करत नाहीत. अजून पुस्तकं आणतात भारीभारी. गेल्या सत्तर वर्षांची पंचांगं जमवली आहेत, पण त्यांना स्वत:ला अजून पंचांगात पाहून एकादशी केव्हा आहे, हे पण सांगता येणार नाही.

—काय सांगता काय?

—खरं तेच सांगते. त्यांच्या मागे बोलते म्हणून खोटं समजू नकोस. देखत बोलले तर लगेच आमची जुंपते म्हणून अपरोक्ष बोलते.

—अहो ताई, ही एवढी पुस्तकं...

—ती मित्रांसाठी. ह्यांना फक्त चर्चा हवी असते आणि त्यांच्या मित्रांना स्वत:चे पैसे खर्च

न करता पुस्तकं हवी असतात.

–ताई, भाईंनी ही पुस्तकं जर खरोखर वाचली, तर त्यांचं त्यांना खरं-खोटं समजायला लागेल. नंतर चर्चा करायची गरज भासणार नाही.

–राजाभाऊ, तू आता हौसेखातर भविष्य वगैरे पाहतोस. तुला पत्रिकेतलं काही कळतं की नाही हे मला माहीत नाही. पण तुला माणूस मात्र अजून कळला नाही.

–वा ताई, कमाल करताय, पत्रिका कळली की माणूस आपोआप कळला.

–मला पत्रिका न बघताच माणूस कळतो. सगळेजण भविष्याला भिऊन असतात. तुझे भाई पण तसेच. घरात पुस्तकं असताना भविष्याचा अभ्यास करत नाहीत.

–ते का?

–कारण अभ्यासानं, काय होणार आहे हे त्यांना खरोखरच कळायला लागेल, आणि मग जर काही प्रतिकूल घडणार असेल, तर त्याचा धक्का आजच बसायचा नाही का? त्यापेक्षा नुसती चर्चा बरी त्यात संशयाचा फायदा असतो. दुसऱ्याला फार कळत नाही असं म्हणत स्वत:ची समजूत घालता येते. तुम्हा भविष्य पाहणाऱ्या माणसांना वाटतं की आपण किती अचूक सांगू शकतो म्हणून. पण पत्रिका दाखवणाऱ्या माणसाला तेवढं अचूक समजायला नकोच असतं. अगदी खरं जे असेल तसं सांगा असं माणसं म्हणतात, पण तरीही कुठंतरी, वाईट तर काही नसेल ना ह्याची धाकधूक असते. चांगलंच असावं ह्याबद्दल प्रार्थना असते. सध्या चाललं आहे त्यापेक्षा वाईट, भविष्यात काही नसणार अशा अपेक्षेनंच पत्रिका दाखवली जाते.

–खरोखर असं असेल का हो?

–त्याखेरीज ज्योतिषाकडे कोण जाईल? पण मी नाही कधी जात.

–का? उद्या काय घडेल ह्याबद्दल तुम्हाला उत्सुकता नाही?

–त्या कुतूहलावरच मी आजचा दिवस घालवते. ज्याच्याबद्दल नाना कल्पना करता येतात, विरंगुळा मिळवता येतो असा एकच दिलासा म्हणजे 'उद्याचा दिवस.' आयुष्यातला 'उद्या' कधी संपता कामा नये. 'उद्या' हा प्रकार जर उरला नाही, तर माणूस 'आज'च संपून जाईल. नाही का राजाभाऊ?

–तुम्ही म्हणताय ते पटतं.

–ते राहू दे. भाईंना खरोखरच तशी काही भीती आहे का ते आता सांगा, म्हणजे तयारीत राह्यला बरं. त्यांना खरोखरच कुठं पाठवणार नाही.

–छान ताई!...

–हे बघ. उलटतपासणी घेऊ नकोस. आता मी एक साधी संसारी स्त्री, एक बायको नवऱ्यासाठी विचारते आहे असं समज. अरे कितीही झालं तरी कुंकवाला धक्का लागलेला कोणत्या स्त्रीला सहन होईल?

–ताई कसं सांगू? पुढचं सांगता येत नाही म्हणून पुराणातला दाखला देतो. परीक्षित

उद्याचा दिवस । ८१

राजा राजवाडा सोडून गेला नाही पण...

–राजाभाऊ कितीही चमत्कार घडला तरी रस्त्यावरची मोटार, फार तर फुटपाथवर चढेल, पण तिसऱ्या मजल्यावरच्या खोलीत घुसणार नाही.

–भाई, मी बातमी ऐकली, आणि माझा विश्वासच बसेना. हातातलं काम टाकून धावत आलो. कुठे कुठे लागलं?

–डावा हात संपूर्ण प्लॅस्टरमध्ये आहे.

–राहू दे, राहू दे, पांघरूण काढू नका.

–बघा ना जरा.

–पंधरा दिवसाची मुदत संपताच बाहेर पडलात ना?

–नाही रे बाबा. तू संख्याशास्त्रवाला. तरीसुद्धा तिथीची भीती दाखवलीसच; म्हणून बाहेर पडलो नाही. तुझं संख्याशास्त्र एकदम बोगस आहे. मला धोका रस्त्यावर, म्हणजे घराबाहेर नव्हताच. मी घरातच पडलो. कसा पडलो काही आठवत नाही. जाऊ दे. तुझं ते संख्याशास्त्र, आणि त्यावर मी विकत आणवलेली ती पाच पुस्तकं माझ्यासमोर जाळून टाक.

–जाळतो, जाळतो. ताई कुठं आहेत?

–स्वयंपाकघरात.

–म्हणजे माहेरी गेल्या नाहीत तर?

–तिची काय टाप आहे जाण्याची.

–ये बाबा, आलास. तुझी वाटच पाहात होते.

–हे कसं झालं ताई?

–परीक्षित राजाप्रमाणेच घडलं बाबा.

–ते कसं काय? रस्त्यावरची मोटार...

–ती तिसऱ्या मजल्यावर नाही आली. आमचा भाचा काल इथं आला होता पाच वर्षांचा!

–कोण? अतुल का?

–हो, तोच. त्याच्या खेळण्यातल्या मोटारीवर त्यांचा पाय पडला आणि मोटारीला चाकं होती ती सरकली आणि हे पडले. त्यांना अजून ते माहीत नाही, बोलू नकोस.

–का?

–ह्यांना कळलं तर आणखीन चाळीस-पन्नास संख्याशास्त्रावरची पुस्तकं घरात आणून टाकतील. संख्याशास्त्रावर बैठकी सुरू होतील. आता कंटाळा आला बघ पुस्तकांचा. कळलं का?

∎

८२ । संवादिनी

www.ingramcontent.com/pod-product-compliance
Lightning Source LLC
LaVergne TN
LVHW020427250825
819404LV00050B/583
* 9 7 8 8 1 7 1 6 1 3 0 4 5 *